Lífsgleði í Eldri Handlegg
Kinversk Matreiðslubók

Li Wei

Samantekt

Einfaldur hrærður kjúklingur 9
Kjúklingur í tómatsósu 11
Kjúklingur með tómötum 12
Steiktur kjúklingur með tómötum 13
Kjúklingur og tómatar með svartbaunasósu 14
Eldaður kjúklingur með grænmeti 15
Kjúklingur með valhnetum 16
Kjúklingur með hnetum 17
Kjúklingur með kastaníuhnetum 18
Bragðmikill kjúklingur með kastaníuhnetum 19
Kjúklingabollur 21
Stökkir kjúklingavængir 22
Fimm kryddúð kjúklingavængir 23
Marineraðir kjúklingavængir 24
Ekta kjúklingavængir 26
Kryddaðir kjúklingavængir 28
Grilluð kjúklingalæri 29
Hoisin kjúklingalæri 30
Steiktur kjúklingur 31
Stökksteiktur kjúklingur 32
Heilsteiktur kjúklingur 34
Fimm krydd kjúklingur 35
Kjúklingur með engifer og vorlauk 37
Steiktur kjúklingur 38
Kjúklingur eldaður í rauðu 39
Rauðeldaður kryddaður kjúklingur 40
Sesambrenndur kjúklingur 41
Kjúklingur í sojasósu 42
Gufusoðinn kjúklingur 44
Gufusoðinn kjúklingur með anís 45
Furðulega bragðgóður kjúklingur 46

Stökkir kjúklingabitar 47
Kjúklingur með grænum baunum 48
Eldaður kjúklingur með ananas 49
Kjúklingur með papriku og tómötum 50
Sesam kjúklingur 51
Steiktar poussins 52
Türkiye með Mangetout 53
Kalkúnn með papriku 55
Kínverskt steikt Tyrkland 57
Kalkúnn með valhnetum og sveppum 58
Önd með bambussprotum 60
Önd með baunaspírum 61
Steikt önd 62
Gufusoðin önd með sellerí 63
Önd með engifer 64
Önd með grænum baunum 66
Steikt gufusoðinn önd 68
Önd með framandi ávöxtum 69
Steikt önd með kínverskum laufum 71
Drukkinn önd 73
Fimm krydd önd 74
Hrærð önd með engifer 75
Önd með skinku og blaðlauk 76
Steikt önd með hunangi 77
Blaut steikt önd 78
Hrærð önd með sveppum 79
Önd með tveimur sveppum 81
Steikt önd með lauk 82
Önd í appelsínusósu 84
Steikt önd með appelsínu 85
Önd með perum og kastaníuhnetum 86
Peking önd 87
Steikt önd með ananas 90
Hrærð önd með ananas 91
Ananas og engiferönd 93
Önd með ananas og lychee 94

Önd með svínakjöti og kastaníuhnetum 96
Önd með kartöflum 97
Elduð rauðönd 99
Brennt önd í hrísgrjónavíni 100
Gufusoðin önd með hrísgrjónavíni 101
Hægelduð önd 102
Hrærð önd 104
Önd með sætum kartöflum 106
Súrsæt önd 108
Mandarínuönd 110
Önd með grænmeti 111
Kryddað svínakjöt 113
Gufusoðnar svínabollur 115
Svínakjöt með káli 117
Svínakjöt með hvítkáli og tómötum 119
Marinerað svínakjöt með káli 120
Svínakjöt í sellerí 122
Svínakjöt með kastaníuhnetum og sveppum 123
Svínakjöt Suey 124
Svínakjöt Chow Mein 126
Steikt svínakjöt Chow Mein 128
Svínakjöt með Chutney 129
Svínakjöt með agúrku 131
Stökkir svínakjötspakkar 132
Svínaeggjarúllur 133
Svínakjöt og rækjurúllur 134
Steikt svínakjöt með eggjum 135
Eldsvín 136
Steikt svínalundir 138
Fimm krydd svínakjöt 139
Steikt ilmandi svínakjöt 140
Svínakjöt með söxuðum hvítlauk 142
Hrært svínakjöt með engifer 143
Svínakjöt með grænum baunum 144
Svínakjöt með skinku og tofu 145
Steikt svínaspjót 147

Steiktur svínaskankur í rauðri sósu 148
Marinert svínakjöt 150
Marineraðar svínakótilettur 151
Svínakjöt með sveppum 152
Gufusoðin kjötkaka 153
Soðið svínakjöt með sveppum 154
Svínakjöt með núðlupönnuköku 155
Svínakjöt og rækjur með núðlupönnuköku 156
Svínakjöt með ostrusósu 158
Svínakjöt með hnetum 159
Svínakjöt með papriku 161
Kryddað svínakjöt með súrum gúrkum 162
Svínakjöt með plómusósu 164
Svínakjöt með rækjum 165
Svínakjöt eldað í rauðu 166
Svínakjöt í rauðri sósu 167
Svínakjöt með hrísgrjónanúðlum 169
Ríkar svínakjötbollur 171
Steiktar svínakótilettur 172
Kryddað svínakjöt 173
Hálar svínasneiðar 175
Svínakjöt með spínati og gulrótum 176
Gufusoðið svínakjöt 177
Hrært svínakjöt 178
Svínakjöt með sætum kartöflum 179
Súrsæt svínakjöt 181
Saltað svínakjöt 183
Svínakjöt með Tofu 184
Mjúkt steikt svínakjöt 185
Tvisvar eldað svínakjöt 186
Svínakjöt með grænmeti 187
Svínakjöt með valhnetum 189
Svínabollur 190
Svínakjöt með vatnskastaníu 191
Svínakjöt og rækju wontons 192
Gufusoðnar kjötbollur 193

Rif með svörtu baunasósu *195*
Grilluð rif *197*
Grilluð hlynrif *198*
Steikt rif *199*
Rif með blaðlauk *200*
Rif með sveppum *202*
Rif með appelsínu *203*
Ananas rif *205*
Stökk rækjurif *207*
Rif í hrísgrjónavíni *208*
Svínarif með sesamfræjum *209*
Súrsæt rif *211*
Steikt rif *213*
Rif með tómötum *214*
Steikt svínakjöt á grillinu *216*
Kalt svínakjöt með sinnepi *217*

Einfaldur hrærður kjúklingur

Fyrir 4 manns

1 kjúklingabringa, skorin í þunnar sneiðar

2 sneiðar engiferrót, saxaðar

2 vorlaukar (skál), saxaðir

15 ml / 1 matskeið maísmjöl (maissterkja)

15 ml / 1 matskeið hrísgrjónavín eða þurrt sherry

30 ml / 2 matskeiðar af vatni

2,5 ml / ½ teskeið salt

45 ml / 3 matskeiðar hnetuolía

100 g / 4 oz bambussprotar, sneiðar

100 g sveppir, skornir í sneiðar

100 g af sojaspírum

15 ml / 1 matskeið sojasósa

5 ml / 1 tsk sykur

120 ml / 4 fl oz / ½ bolli kjúklingasoð

Setjið kjúklinginn í skál. Blandið saman engifer, vorlauk, maísmjöli, víni eða sherry, vatni og salti, hrærið kjúklingnum saman við og látið standa í 1 klst. Hitið helminginn af olíunni og steikið kjúklinginn á pönnu þar til hann er ljósbrúnn, takið svo af pönnunni. Hitið olíuna sem eftir er og hrærið bambussprotunum, sveppunum og baunaspírunum í 4 mínútur. Bætið sojasósunni, sykri og soðinu út í, látið suðuna koma upp, lokið á og látið malla í 5 mínútur þar til grænmetið er aðeins meyrt. Setjið kjúklinginn aftur á pönnuna, blandið vel saman og hitið varlega aftur áður en hann er borinn fram.

Kjúklingur í tómatsósu

Fyrir 4 manns

30 ml / 2 matskeiðar hnetuolía

5 ml / 1 tsk salt

2 hvítlauksgeirar, muldir

450 g kjúklingur í teningum

300 ml / ½ pt / 1¼ bollar kjúklingakraftur

120 ml / 4 fl oz / ½ bolli tómatsósa (catsup)

15 ml / 1 matskeið maísmjöl (maissterkja)

4 vorlaukar (skál), skornir í sneiðar

Hitið olíuna með salti og hvítlauk þar til hvítlaukurinn er léttbrúnn. Bætið kjúklingnum út í og hrærið þar til hann er ljósbrúnn. Bætið mestu af soðinu út í, hitið að suðu, lokið á og látið malla í um 15 mínútur þar til kjúklingurinn er meyr. Blandið afganginum af soðinu saman við tómatsósuna og maísmjölið og hrærið í pönnuna. Látið malla, hrærið, þar til sósan þykknar og léttist. Ef sósan er of þunn, leyfið henni að malla í smá stund þar til hún hefur minnkað. Bætið vorlauknum út í og látið malla í 2 mínútur áður en hann er borinn fram.

Kjúklingur með tómötum

Fyrir 4 manns

225 g kjúklingur, skorinn í teninga
15 ml / 1 matskeið maísmjöl (maissterkja)
15 ml / 1 matskeið sojasósa
15 ml / 1 matskeið hrísgrjónavín eða þurrt sherry
45 ml / 3 matskeiðar hnetuolía
1 laukur, skorinn í bita
60 ml / 4 matskeiðar kjúklingasoð
5 ml / 1 tsk salt
5 ml / 1 tsk sykur
2 tómatar, skrældir og skornir í teninga

Blandið kjúklingnum saman við maísmjöl, sojasósu og víni eða sherry og látið standa í 30 mínútur. Hitið olíuna og steikið kjúklinginn þar til hann fær létt á litinn. Bætið lauknum út í og steikið þar til hann er mjúkur. Bætið soðinu, salti og sykri út í, látið suðuna koma upp og hrærið varlega við vægan hita þar til kjúklingurinn er eldaður. Bætið tómötunum út í og hrærið þar til þeir eru orðnir í gegn.

Steiktur kjúklingur með tómötum

Fyrir 4 manns

4 skammtar af kjúklingi
4 tómatar, skrældir og skornir í fernt
15 ml / 1 matskeið hrísgrjónavín eða þurrt sherry
15 ml / 1 matskeið hnetuolía
salt

Setjið kjúklinginn á pönnu og hyljið með köldu vatni. Látið suðuna koma upp, lokið á og látið malla í 20 mínútur. Bætið tómötunum, víni eða sherry, olíu og salti út í, setjið lok á og látið malla í 10 mínútur til viðbótar þar til kjúklingurinn er eldaður. Setjið kjúklinginn á heitt disk og skerið í bita. Hitið sósuna aftur og hellið yfir kjúklinginn til að bera fram.

Kjúklingur og tómatar með svartbaunasósu

Fyrir 4 manns

45 ml / 3 matskeiðar hnetuolía
1 hvítlauksgeiri, pressaður
45 ml / 3 matskeiðar svartbaunasósa
225 g kjúklingur, skorinn í teninga
15 ml / 1 matskeið hrísgrjónavín eða þurrt sherry
5 ml / 1 tsk sykur
15 ml / 1 matskeið sojasósa
90 ml / 6 matskeiðar kjúklingakraftur
3 tómatar, skrældir og skornir í fernt
10 ml / 2 tsk maísmjöl (maissterkja)
45 ml / 3 matskeiðar af vatni

Hitið olíuna og steikið hvítlaukinn í 30 sekúndur. Bætið svörtu baunasósunni út í og hrærið í 30 sekúndur, bætið svo kjúklingnum út í og hrærið þar til hún er vel húðuð í olíu. Bætið víni eða sherry, sykri, sojasósu og soðinu út í, hitið að suðu, lok á og látið malla í um 5 mínútur þar til kjúklingurinn er eldaður. Blandið maísmjölinu og vatni saman í deig, hrærið á pönnuna og látið malla, hrærið, þar til sósan léttist og þykknar.

Eldaður kjúklingur með grænmeti

Fyrir 4 manns

1 eggjahvíta

50 g maísmjöl (maissterkja)

225 g kjúklingabringur, skornar í strimla

75 ml / 5 matskeiðar hnetuolía

200 g / 7 oz bambussprotar, skornir í strimla

50 g af sojaspírum

1 græn paprika, skorin í strimla

3 vorlaukar (skautlaukar), skornir í sneiðar

1 sneið engiferrót, saxuð

1 hvítlauksgeiri, saxaður

15 ml / 1 matskeið hrísgrjónavín eða þurrt sherry

Þeytið eggjahvítu og maísmjöl og dýfið síðan kjúklingastrimunum í blönduna. Hitið olíuna í mátulega heita og steikið kjúklinginn í nokkrar mínútur þar til hann er rétt í gegn. Takið af pönnunni og látið renna vel af. Bætið bambussprotum, baunaspírum, pipar, lauk, engifer og hvítlauk á pönnuna og hrærið í 3 mínútur. Bætið víninu eða sherryinu út í og setjið kjúklinginn aftur á pönnuna. Blandið vel saman og hitið aftur áður en það er borið fram.

Kjúklingur með valhnetum

Fyrir 4 manns

45 ml / 3 matskeiðar hnetuolía

2 vorlaukar (skál), saxaðir

1 sneið engiferrót, saxuð

450 g kjúklingabringur, þunnar sneiðar

50 g skinka, saxað

30 ml / 2 matskeiðar sojasósa

30 ml / 2 matskeiðar hrísgrjónavín eða þurrt sherry

5 ml / 1 tsk sykur

5 ml / 1 tsk salt

100 g / 4 oz / 1 bolli valhnetur, saxaðar

Hitið olíuna og steikið laukinn og engiferið í 1 mínútu. Bætið kjúklingnum og skinkunni saman við og steikið í 5 mínútur þar til það er næstum eldað. Bætið sojasósu, víni eða sherry, sykri og salti út í og hrærið í 3 mínútur. Bætið hnetunum út í og steikið í 1 mínútu þar til hráefnin hafa blandast vel saman.

Kjúklingur með hnetum

Fyrir 4 manns

100 g / 4 oz / 1 bolli skurnar valhnetur, helmingaðar
steikja olíu
45 ml / 3 matskeiðar hnetuolía
2 sneiðar engiferrót, saxaðar
225 g kjúklingur, skorinn í teninga
100 g / 4 oz bambussprotar, sneiðar
75 ml / 5 matskeiðar kjúklingakraftur

Undirbúið hneturnar, hitið olíuna og steikið hneturnar þar til þær eru gullinbrúnar og skolið þær síðan vel af. Hitið hnetuolíu og steikið engifer í 30 sekúndur. Bætið kjúklingnum út í og hrærið þar til hann er ljósbrúnn. Bætið afganginum út í, látið suðuna koma upp og látið malla, hrærið, þar til kjúklingurinn er eldaður.

Kjúklingur með kastaníuhnetum

Fyrir 4 manns

45 ml / 3 matskeiðar hnetuolía

2 hvítlauksgeirar, muldir

2 vorlaukar (skál), saxaðir

1 sneið engiferrót, saxuð

225 g kjúklingabringur, skornar í flögur

100 g vatnskastaníur, skornar í flögur

45 ml / 3 matskeiðar sojasósa

15 ml / 1 matskeið hrísgrjónavín eða þurrt sherry

5 ml / 1 tsk maísmjöl (maissterkja)

Hitið olíuna og steikið hvítlaukinn, vorlaukinn og engiferið þar til það er léttbrúnað. Bætið kjúklingnum út í og steikið í 5 mínútur. Bætið vatnskastanunum út í og hrærið í 3 mínútur. Bætið sojasósu, víni eða sherry og maísmjöli út í og hrærið í um 5 mínútur þar til kjúklingurinn er eldaður.

Bragðmikill kjúklingur með kastaníuhnetum

Fyrir 4 manns

30 ml / 2 matskeiðar hnetuolía

4 stykki af kjúklingi

3 vorlaukar (skál), saxaðir

2 hvítlauksgeirar, muldir

1 sneið engiferrót, saxuð

250 ml / 8 fl oz / 1 bolli sojasósa

30 ml / 2 matskeiðar hrísgrjónavín eða þurrt sherry

30 ml / 2 matskeiðar púðursykur

5 ml / 1 tsk salt

375 ml / 13 fl oz / 1¼ bollar vatn

225 g vatnskastaníur, skornar í sneiðar

15 ml / 1 matskeið maísmjöl (maissterkja)

Hitið olíuna og steikið kjúklingabitana þar til þeir eru gullinbrúnir. Bætið vorlauk, hvítlauk og engifer út í og steikið í 2 mínútur. Bætið sojasósunni, víni eða sherry, sykri og salti út í og blandið vel saman. Bætið við vatni og látið suðuna koma upp, lokið á og látið malla í 20 mínútur. Bætið vatnskastanunum út í, setjið lok á og eldið í 20 mínútur í viðbót. Blandið maísmjölinu saman við smá vatn, hrærið því út í sósuna og látið malla, hrærið, þar til sósan léttist og þykknar.

Kjúklingabollur

Fyrir 4 manns

4 þurrkaðir kínverskir sveppir
450 g kjúklingabringur, rifnar
225 g blandað grænmeti, saxað
1 vorlaukur (laukur), saxaður
15 ml / 1 matskeið sojasósa
2,5 ml / ½ teskeið salt
40 wonton skinn
1 egg, þeytt

Leggið sveppina í bleyti í volgu vatni í 30 mínútur og tæmdu síðan. Fjarlægðu stilkana og saxaðu hetturnar. Blandið saman við kjúkling, grænmeti, sojasósu og salti.

Til að brjóta wontons saman skaltu halda húðinni í lófa vinstri handar og setja smá fyllingu í miðjuna. Vætið brúnirnar með egginu og brjótið skinnið saman í þríhyrning og þéttið brúnirnar. Vætið hornin með egginu og snúið þeim saman.

Látið suðu koma upp í pott fullan af vatni. Bætið wontonunum út í og látið malla í um 10 mínútur þar til þeir ná yfirborðinu.

Stökkir kjúklingavængir

Fyrir 4 manns

900 g / 2 lb kjúklingavængir
60 ml / 4 matskeiðar hrísgrjónavín eða þurrt sherry
60 ml / 4 matskeiðar sojasósa
50 g / 2 oz / ½ bolli maísmjöl (maissterkja)
hnetuolía (hnetur) til steikingar

Setjið kjúklingavængina í skál. Blandið hinum hráefnunum saman og hellið yfir kjúklingavængina, blandið vel saman þannig að sósunni sé þakið. Lokið og látið hvíla í 30 mínútur. Hitið olíuna og steikið kjúklinginn í skömmtum þar til hann er eldaður og dökkbrúnn. Tæmið vel á pappírshandklæði og haldið heitu á meðan þú steikir kjúklinginn sem eftir er.

Fimm krydduð kjúklingavængir

Fyrir 4 manns

30 ml / 2 matskeiðar hnetuolía
2 hvítlauksgeirar, muldir
450g / 1lb kjúklingavængir
250 ml / 8 fl oz / 1 bolli kjúklingasoð
30 ml / 2 matskeiðar sojasósa
5 ml / 1 tsk sykur
5 ml / 1 tsk fimm krydd duft

Hitið olíuna og hvítlaukinn þar til hvítlaukurinn er léttbrúnn. Bætið kjúklingnum út í og steikið þar til hann er ljósbrúnn. Bætið hinum hráefnunum saman við, blandið vel saman og látið suðuna koma upp. Lokið og látið malla í um 15 mínútur þar til kjúklingurinn er eldaður. Takið lokið af og haldið áfram að malla, hrærið af og til, þar til næstum allur vökvinn hefur gufað upp. Berið fram heitt eða kalt.

Marineraðir kjúklingavængir

Fyrir 4 manns

45 ml / 3 matskeiðar sojasósa
45 ml / 3 matskeiðar hrísgrjónavín eða þurrt sherry
30 ml / 2 matskeiðar púðursykur
5 ml / 1 tsk rifin engiferrót
2 hvítlauksgeirar, muldir
6 vorlaukar (laukar), skornir í sneiðar
450g / 1lb kjúklingavængir
30 ml / 2 matskeiðar hnetuolía
225 g / 8 oz bambussprotar, sneiddar
20 ml / 4 tsk maísmjöl (maissterkja)
175 ml / 6 fl oz / ¾ bolli kjúklingasoð

Hrærið sojasósu, víni eða sherry, sykri, engifer, hvítlauk og vorlauk út í. Bætið kjúklingavængjunum út í og blandið til að hjúpa alveg. Lokið og látið hvíla í 1 klukkustund, hrærið af og til. Hitið olíuna og hrærið bambussprotana í 2 mínútur. Takið þær af pönnunni. Tæmdu kjúklinginn og laukinn, geymdu marineringuna. Hitið olíuna og steikið kjúklinginn á pönnu þar til hann er gullinn á öllum hliðum. Lokið og eldið í 20 mínútur til viðbótar þar til kjúklingurinn er meyr. Blandið maíssterkjunni saman við seyði og fráteknu marineringunni. Hellið yfir kjúklinginn og látið suðuna koma upp, hrærið í, þar til sósan þykknar. Hrærið bambussprotunum saman við og látið malla, hrærið, í 2 mínútur til viðbótar.

Ekta kjúklingavængir

Fyrir 4 manns

12 kjúklingavængir

250 ml / 8 fl oz / 1 bolli hnetuolía

15 ml / 1 matskeið flórsykur

2 vorlaukar (skál), skornir í bita

5 sneiðar af engiferrót

5 ml / 1 tsk salt

45 ml / 3 matskeiðar sojasósa

250 ml / 1 bolli hrísgrjónavín eða þurrt sherry

250 ml / 8 fl oz / 1 bolli kjúklingasoð

10 sneiðar af bambussprotum

15 ml / 1 matskeið maísmjöl (maissterkja)

15 ml / 1 matskeið af vatni

2,5 ml / ½ tsk sesamolía

Blasaðu kjúklingavængina í sjóðandi vatni í 5 mínútur og skolaðu síðan vel af. Hitið olíuna, bætið sykrinum út í og hrærið þar til bráðið og gullið. Bætið kjúklingi, vorlauk, engifer, salti, sojasósu, víni og soði út í, látið suðuna koma upp og látið malla í 20 mínútur. Bætið bambussprotunum út í og látið malla í 2 mínútur eða þar til vökvinn hefur að mestu gufað upp. Blandið maísmjölinu saman við vatnið, hrærið því á pönnuna og hrærið þar til það er þykkt. Færið kjúklingavængina yfir á heitan disk og berið fram sesamolíu stráð yfir.

Kryddaðir kjúklingavængir

Fyrir 4 manns

30 ml / 2 matskeiðar hnetuolía

5 ml / 1 tsk salt

2 hvítlauksgeirar, muldir

900 g / 2 lb kjúklingavængir

30 ml / 2 matskeiðar hrísgrjónavín eða þurrt sherry

30 ml / 2 matskeiðar sojasósa

30 ml / 2 matskeiðar tómatmauk (mauk)

15 ml / 1 matskeið Worcestershire sósa

Hitið olíuna, saltið og hvítlaukinn og steikið þar til hvítlaukurinn verður létt gullinn. Bætið kjúklingavængjunum út í og steikið, hrærið oft í, í um það bil 10 mínútur þar til þær eru gullinbrúnar og næstum eldaðar. Bætið afganginum út í og hrærið í um 5 mínútur þar til kjúklingurinn er stökkur og vel eldaður.

Grilluð kjúklingalæri

Fyrir 4 manns

16 kjúklingaleggir
30 ml / 2 matskeiðar hrísgrjónavín eða þurrt sherry
30 ml / 2 matskeiðar vínedik
30 ml / 2 matskeiðar ólífuolía
salt og nýmalaður pipar
120 ml / 4 fl oz / ½ bolli appelsínusafi
30 ml / 2 matskeiðar sojasósa
30 ml / 2 matskeiðar hunang
15 ml / 1 matskeið sítrónusafi
2 sneiðar engiferrót, saxaðar
120 ml / 4 fl oz / ½ bolli chili sósa

Blandið öllu hráefninu saman nema chilisósunni, setjið lok á og látið marinerast í kæli yfir nótt. Takið kjúklinginn úr marineringunni og grillið eða steikið (steikið) í um það bil 25 mínútur, snúið við og blandið saman við chilisósuna þegar hún eldast.

Hoisin kjúklingalæri

Fyrir 4 manns

8 kjúklingalæri
600 ml / 1 pt / 2½ bollar kjúklingasoð
salt og nýmalaður pipar
250 ml / 8 fl oz / 1 bolli hoisin sósa
30 ml / 2 matskeiðar venjulegt hveiti (allur tilgangur)
2 þeytt egg
100 g / 4 oz / 1 bolli brauðrasp
steikja olíu

Setjið prjónana og soðið á pönnu, hitið að suðu, lokið á og látið malla í 20 mínútur þar til þær eru fulleldaðar. Takið kjúklinginn af pönnunni og þurrkið hann á pappírshandklæði. Setjið kjúklinginn í skál og kryddið með salti og pipar. Hellið hoisin sósunni yfir og látið marinerast í 1 klst. Tæmdu. Setjið kjúklinginn í hveitið, hjúpið síðan eggin og brauðrasið, svo aftur í eggið og brauðrasið. Hitið olíuna og steikið kjúklinginn í um 5 mínútur þar til hann er gullinbrúnn. Látið renna af á ísogandi pappír og berið fram heitt eða kalt.

Steiktur kjúklingur

Fyrir 4-6 manns

75 ml / 5 matskeiðar hnetuolía

1 kjúklingur

3 vorlaukar (skautlaukar), skornir í sneiðar

3 sneiðar af engiferrót

120 ml / 4 fl oz / ½ bolli sojasósa

30 ml / 2 matskeiðar hrísgrjónavín eða þurrt sherry

5 ml / 1 tsk sykur

Hitið olíuna og steikið kjúklinginn þar til hann er gullinbrúnn. Bætið vorlauk, engifer, sojasósu og víni eða sherry út í og látið suðuna koma upp. Lokið og látið malla í 30 mínútur, hrærið af og til. Bætið sykrinum út í, setjið lok á og látið malla í 30 mínútur í viðbót þar til kjúklingurinn er eldaður.

Stökksteiktur kjúklingur

Fyrir 4 manns

1 kjúklingur

salt

30 ml / 2 matskeiðar hrísgrjónavín eða þurrt sherry

3 vorlaukar (skál), skornir í teninga

1 sneið engiferrót

30 ml / 2 matskeiðar sojasósa

30 ml / 2 matskeiðar sykur

5 ml / 1 tsk heil negull

5 ml / 1 tsk salt

5 ml / 1 tsk piparkorn

150ml / ¼ pt / rausnarlegt ½ bolli kjúklingasoð

steikja olíu

1 salat, rifið

4 tómatar, sneiddir

½ gúrka, skorin í sneiðar

Nuddið kjúklinginn með salti og látið standa í 3 klst. Skolið og setjið í skál. Bætið víni eða sherry, engifer, sojasósu, sykri, negul, salti, piparkornum og soðinu út í og þeytið vel saman. Setjið skálina í gufubað, lokið og látið gufa í um það bil 2¼ klukkustund þar til kjúklingurinn er fulleldaður. Tæmdu. Hitið olíuna þar til hún byrjar að reykja, bætið þá kjúklingnum út í og steikið þar til hún er gullinbrún. Steikið í 5 mínútur til viðbótar, takið síðan úr olíunni og látið renna af. Skerið þær í bita og raðið þeim á heitan framreiðsludisk. Skreytið með salati, tómötum og gúrku og berið fram með pipar og saltsósu.

Heilsteiktur kjúklingur

Fyrir 5 manns

1 kjúklingur
10 ml / 2 tsk salt
15 ml / 1 matskeið hrísgrjónavín eða þurrt sherry
2 vorlaukar (skautlaukar), helmingaðir
3 sneiðar engiferrót, skornar í strimla
steikja olíu

Þurrkaðu kjúklinginn og nuddaðu húðina með salti og víni eða sherry. Setjið vorlaukinn og engiferið í holuna. Hengdu kjúklinginn til þerris á köldum stað í um 3 klukkustundir. Hitið olíuna og setjið kjúklinginn í steikingarkörfu. Látið varlega ofan í olíuna og þeytið stöðugt að innan og utan þar til kjúklingurinn er orðinn létt á litinn. Takið úr olíunni og látið kólna aðeins á meðan þið hitið olíuna. Steikið aftur þar til þær eru gullinbrúnar. Tæmið þær vel og skerið þær í bita.

Fimm krydd kjúklingur

Fyrir 4-6 manns

1 kjúklingur

120 ml / 4 fl oz / ½ bolli sojasósa

2,5 cm / 1 stykki engiferrót, saxað

1 hvítlauksgeiri, pressaður

15 ml / 1 matskeið fimm krydd duft

30 ml / 2 matskeiðar hrísgrjónavín eða þurrt sherry

30 ml / 2 matskeiðar hunang

2,5 ml / ½ tsk sesamolía

steikja olíu

30 ml / 2 matskeiðar salt

5 ml / 1 tsk nýmalaður pipar

Setjið kjúklinginn í stóran pott og fyllið með vatni til hálfs upp á lærið. Geymið 15 ml/1 msk af sojasósunni og bætið afganginum á pönnuna með engiferinu, hvítlauknum og helmingnum af fimm kryddduftinu. Látið suðuna koma upp, lokið á og látið malla í 5 mínútur. Slökktu á hitanum og láttu kjúklinginn liggja í vatninu þar til vatnið er orðið volgt. Tæmdu.

Skerið kjúklinginn í tvennt eftir endilöngu og leggið skurðhliðina niður á bökunarplötu. Blandið afganginum af sojasósunni og fimm kryddduftinu saman við vínið eða sherryið, hunangið og sesamolíuna. Nuddið blöndunni inn í kjúklinginn og látið standa í 2 klukkustundir, penslið af og til með blöndunni. Hitið olíuna og steikið kjúklingahelmingana í um 15 mínútur þar til þær eru gullinbrúnar og eldaðar í gegn. Látið þær renna á gleypið pappír og skerið þær í skammta.

Á meðan er salti og pipar blandað saman og hitað á þurri pönnu í um 2 mínútur. Berið fram sem ídýfu með kjúklingnum.

Kjúklingur með engifer og vorlauk

Fyrir 4 manns

1 kjúklingur
2 sneiðar engiferrót, skornar í strimla
salt og nýmalaður pipar
90 ml / 4 matskeiðar hnetuolía
8 vorlaukar (skál), smátt saxaðir
10 ml / 2 tsk hvítvínsedik
5 ml / 1 tsk sojasósa

Setjið kjúklinginn í stóran pott, bætið helmingnum af engiferinu út í og hellið svo miklu vatni út í að það hylji næstum kjúklinginn. Kryddið með salti og pipar. Látið suðuna koma upp, setjið lok á og látið malla í um 1¼ klukkustund þar til það er mjúkt. Látið kjúklinginn hvíla í soðinu þar til hann kólnar. Tæmdu kjúklinginn og kældu þar til hann er kaldur. Skerið í skammta.

Rífið afganginn af engiferinu og blandið saman við olíu, vorlauk, vínedik og sojasósu, salti og pipar. Sett í kæliskáp í 1 klst. Setjið kjúklingabitana í skál og hellið engiferdressingunni yfir. Berið fram með gufusoðnum hrísgrjónum.

Steiktur kjúklingur

Fyrir 4 manns

1 kjúklingur

1,2 L / 2 pt / 5 bollar kjúklingasoð eða vatn

30 ml / 2 matskeiðar hrísgrjónavín eða þurrt sherry

4 vorlaukar (skál), saxaðir

1 sneið engiferrót

5 ml / 1 tsk salt

Setjið kjúklinginn í stóran pott ásamt öllu því sem eftir er. Soðið eða vatnið ætti að ná upp að miðju læri. Látið suðuna koma upp, setjið lok á og látið malla í um 1 klukkustund þar til kjúklingurinn er fulleldaður. Tæmdu, geymdu soðið fyrir súpur.

Kjúklingur eldaður í rauðu

Fyrir 4 manns

1 kjúklingur

250 ml / 8 fl oz / 1 bolli sojasósa

Setjið kjúklinginn á pönnu, hellið sojasósunni yfir og fyllið upp með vatni til að ná því yfir kjúklinginn. Látið suðuna koma upp, setjið lok á og látið malla í um 1 klukkustund þar til kjúklingurinn er eldaður, snúið öðru hverju.

Rauðeldaður kryddaður kjúklingur

Fyrir 4 manns

2 sneiðar engiferrót

2 vorlaukar (laukur)

1 kjúklingur

3 stjörnu anís negull

½ kanilstöng

15 ml / 1 matskeið Sichuan pipar

75 ml / 5 matskeiðar sojasósa

75 ml / 5 matskeiðar hrísgrjónavín eða þurrt sherry

75 ml / 5 matskeiðar sesamolía

15 ml / 1 matskeið sykur

Setjið engifer og vorlauk inn í kjúklingaholið og setjið kjúklinginn á pönnu. Bindið stjörnuanís, kanil og pipar í múslínstykki og bætið á pönnuna. Hellið sojasósunni, víni eða sherry og sesamolíu yfir. Látið suðuna koma upp, lokið á og látið malla í um 45 mínútur. Bætið sykrinum út í, setjið lok á og látið malla í aðrar 10 mínútur þar til kjúklingurinn er eldaður.

Sesambrenndur kjúklingur

Fyrir 4 manns

50 g af sesamfræjum

1 laukur, smátt saxaður

2 hvítlauksgeirar, saxaðir

10 ml / 2 tsk salt

1 þurrkað rautt chilli, saxað

klípa af möluðum negul

2,5 ml / ½ tsk möluð kardimommur

2,5 ml / ½ teskeið malað engifer

75 ml / 5 matskeiðar hnetuolía

1 kjúklingur

Blandið öllu kryddinu og olíunni saman við og penslið kjúklinginn. Setjið það í bökunarplötu og bætið 30ml / 2 msk af vatni á bakkann. Bakið í forhituðum ofni við 180°C/350°F/gasmark 4 í um það bil 2 klukkustundir, stráið og snúið kjúklingnum af og til þar til kjúklingurinn er gullinbrúnn og eldaður í gegn. Bætið aðeins meira vatni út í, ef þarf, til að koma í veg fyrir brennslu.

Kjúklingur í sojasósu

Fyrir 4-6 manns

300 ml / ½ pt / 1¼ bollar sojasósa

300 ml / ½ pt / 1¼ bollar hrísgrjónavín eða þurrt sherry

1 laukur, saxaður

3 sneiðar engiferrót, saxaðar

50 g / 2 oz / ¼ bolli sykur

1 kjúklingur

15 ml / 1 matskeið maísmjöl (maíssterkja)

60 ml / 4 matskeiðar af vatni

1 agúrka, afhýdd og skorin í sneiðar

30 ml / 2 matskeiðar saxuð fersk steinselja

Blandið sojasósu, víni eða sherry, lauk, engifer og sykri á pönnu og látið suðuna koma upp. Bætið kjúklingnum út í, látið suðuna koma upp aftur, setjið lok á og látið malla í 1 klukkustund, snúið kjúklingnum við af og til þar til kjúklingurinn er eldaður í gegn. Færið kjúklinginn yfir á heitan disk og skerið í sneiðar. Hellið öllu nema 250 ml / 8 fl oz / 1 bolli af eldunarvökvanum út í og látið suðuna koma upp aftur. Blandið maísmjölinu og vatni saman í deig, hrærið á pönnuna og látið malla, hrærið, þar til sósan léttist og þykknar. Penslið smá sósu yfir kjúklinginn og skreytið kjúklinginn með agúrku og steinselju. Berið sósuna sem eftir er fram sérstaklega.

Gufusoðinn kjúklingur

Fyrir 4 manns

1 kjúklingur

45 ml / 3 matskeiðar hrísgrjónavín eða þurrt sherry

salt

2 sneiðar engiferrót

2 vorlaukar (laukur)

250 ml / 8 fl oz / 1 bolli kjúklingasoð

Setjið kjúklinginn í ofnfasta skál og nuddið með víni eða sherry og salti og setjið engifer og vorlauk inn í holuna. Setjið skálina á grind í gufubað, lokið og látið gufa yfir sjóðandi vatni í um 1 klukkustund þar til hún er elduð. Berið fram heitt eða kalt.

Gufusoðinn kjúklingur með anís

Fyrir 4 manns

250 ml / 8 fl oz / 1 bolli sojasósa
250 ml / 8 fl oz / 1 bolli vatn
15 ml / 1 matskeið púðursykur
4 stjörnu anís negull
1 kjúklingur

Blandið sojasósu, vatni, sykri og anís saman í pott og látið suðuna koma upp. Setjið kjúklinginn í skál og hrærið varlega með blöndunni að innan og utan. Hitið blönduna aftur og endurtakið. Setjið kjúklinginn í ofnfasta skál. Setjið skálina á grind í gufubað, lokið og látið gufa yfir sjóðandi vatni í um 1 klukkustund þar til hún er elduð.

Furðulega bragðgóður kjúklingur

Fyrir 4 manns

1 kjúklingur

5 ml / 1 tsk hakkað engiferrót

5 ml / 1 tsk hakkaður hvítlaukur

45 ml / 3 matskeiðar þykk sojasósa

5 ml / 1 tsk sykur

2,5 ml / ½ tsk vínedik

10 ml / 2 tsk sesamsósa

5 ml / 1 tsk nýmalaður pipar

10 ml / 2 tsk chilli olía

½ salat, rifið

15 ml / 1 matskeið saxað ferskt kóríander

Setjið kjúklinginn á pönnu og fyllið með vatni þar til hann nær hálfa leið upp á kjúklingaleggina. Látið suðuna koma upp, setjið lok á og látið malla í um 1 klukkustund þar til kjúklingurinn er meyr. Takið af pönnunni og látið renna vel af og dýfið í ísvatn þar til kjötið kólnar alveg. Tæmið vel og skerið í 5cm/2cm bita. Blandið öllum hráefnunum sem eftir eru saman og hellið yfir kjúklinginn. Berið fram skreytt með salati og kóríander.

Stökkir kjúklingabitar

Fyrir 4 manns

100 g venjulegt hveiti (allur tilgangur)
klípa af salti
15 ml / 1 matskeið af vatni
1 egg
350 g soðinn kjúklingur, skorinn í teninga
steikja olíu

Blandið saman hveiti, salti, vatni og eggi þar til þú ert með nokkuð stífa deig, bætið við aðeins meira vatni ef þarf. Dýfðu kjúklingabitunum í deigið þar til þau eru vel húðuð. Hitið olíuna þar til hún er mjög heit og steikið kjúklinginn í nokkrar mínútur þar til hann er stökkur og gullinn.

Kjúklingur með grænum baunum

Fyrir 4 manns

45 ml / 3 matskeiðar hnetuolía

450 g eldaður kjúklingur, rifinn

5 ml / 1 tsk salt

2,5 ml / ½ tsk nýmalaður pipar

225 g grænar baunir, skornar í bita

1 sellerístafur, skorinn áská

225 g sveppir, skornir í sneiðar

250 ml / 8 fl oz / 1 bolli kjúklingasoð

30 ml / 2 matskeiðar maísmjöl (maissterkja)

60 ml / 4 matskeiðar af vatni

10 ml / 2 tsk sojasósa

Hitið olíuna og steikið kjúklinginn, saltið og piprið þar til hann er ljósbrúnn. Bætið baununum, selleríinu og sveppunum út í og blandið vel saman. Bætið soðinu út í, látið suðuna koma upp, lokið á og látið malla í 15 mínútur. Blandið maísmjölinu, vatni og sojasósu saman í deig, hrærið á pönnuna og látið malla, hrærið, þar til sósan léttist og þykknar.

Eldaður kjúklingur með ananas

Fyrir 4 manns

45 ml / 3 matskeiðar hnetuolía

225 g soðinn kjúklingur, skorinn í teninga

salt og nýmalaður pipar

2 stilkar sellerí, skornir á ská

3 sneiðar ananas, skornar í bita

120 ml / 4 fl oz / ½ bolli kjúklingasoð

15 ml / 1 matskeið sojasósa

10 ml / 2 matskeiðar maísmjöl (maissterkja)

30 ml / 2 matskeiðar af vatni

Hitið olíuna og steikið kjúklinginn þar til hann er ljósbrúnn. Kryddið með salti og pipar, bætið selleríinu út í og steikið í 2 mínútur. Bætið anananum, seyði og sojasósu út í og hrærið í nokkrar mínútur þar til það er heitt. Blandið maísmjölinu og vatni saman í deig, hrærið á pönnuna og látið malla, hrærið, þar til sósan léttist og þykknar.

Kjúklingur með papriku og tómötum

Fyrir 4 manns

45 ml / 3 matskeiðar hnetuolía
450 g / 1 lb eldaður kjúklingur, skorinn í sneiðar
10 ml / 2 tsk salt
5 ml / 1 tsk nýmalaður pipar
1 grœn paprika, skorin í bita
4 stórir tómatar, skrœldir og skornir í báta
250 ml / 8 fl oz / 1 bolli kjúklingasoð
30 ml / 2 matskeiðar maísmjöl (maissterkja)
15 ml / 1 matskeið sojasósa
120 ml / 4 fl oz / ½ bolli vatn

Hitið olíuna og steikið kjúklinginn, saltið og piprið þar til hann er gullinbrúnn. Bætið paprikunni og tómötunum út í. Hellið soðinu út í, látið suðuna koma upp, lokið á og látið malla í 15 mínútur. Blandið maísmjölinu, sojasósunni og vatni saman í deig, hrærið á pönnuna og látið malla, hrærið, þar til sósan léttist og þykknar.

Sesam kjúklingur

Fyrir 4 manns

450 g / 1 lb eldaður kjúklingur, skorinn í strimla
2 sneiðar engifer smátt saxað
1 vorlaukur (laukur), smátt saxaður
salt og nýmalaður pipar
60 ml / 4 matskeiðar hrísgrjónavín eða þurrt sherry
60 ml / 4 matskeiðar sesamolía
10 ml / 2 tsk sykur
5 ml / 1 tsk vínedik
150 ml / ¼ pt / rausnarleg ½ bolli sojasósa

Raðið kjúklingnum á framreiðsludisk og stráið engifer, vorlauk, salti og pipar yfir. Blandið saman víninu eða sherríinu, sesamolíu, sykri, vínediki og sojasósu. Hellið yfir kjúklinginn.

Steiktar poussins

Fyrir 4 manns

2 poussins, helmingaðir
45 ml / 3 matskeiðar sojasósa
45 ml / 3 matskeiðar hrísgrjónavín eða þurrt sherry
120 ml / 4 fl oz / ½ bolli hnetuolía
1 vorlaukur (laukur), smátt saxaður
30 ml / 2 matskeiðar kjúklingakraftur
10 ml / 2 tsk sykur
5 ml / 1 tsk chilli olía
5 ml / 1 tsk hvítlauksmauk
salt og pipar

Setjið kjúklingana í skál. Blandið sojasósunni og víni eða sherry saman, hellið yfir poussins, setjið lok á og látið marinerast í 2 klukkustundir, hrærið oft. Hitið olíuna og steikið kjúklingana í um 20 mínútur þar til þær eru fulleldaðar. Takið þær af pönnunni og hitið olíuna. Setjið þær aftur á pönnuna og steikið þar til þær eru gullinbrúnar. Tæmdu mest af olíunni. Blandið hinum hráefnunum saman, bætið þeim á pönnuna og hitið hratt. Hellið yfir poussins áður en þær eru bornar fram.

Türkiye með Mangetout

Fyrir 4 manns

60 ml / 4 matskeiðar hnetuolía

2 vorlaukar (skál), saxaðir

2 hvítlauksgeirar, muldir

1 sneið engiferrót, saxuð

225 g kalkúnabringur, skornar í strimla

225 g snjóbaunir (baunir)

100 g / 4 oz bambussprotar, skornir í strimla

50 g vatnskastaníur, skornar í strimla

45 ml / 3 matskeiðar sojasósa

15 ml / 1 matskeið hrísgrjónavín eða þurrt sherry

5 ml / 1 tsk sykur

5 ml / 1 tsk salt

15 ml / 1 matskeið maísmjöl (maissterkja)

Hitið 45ml / 3 msk olíu og steikið vorlaukinn, hvítlaukinn og engiferið þar til hann er ljósbrúnn. Bætið kalkúnnum út í og hrærið í 5 mínútur. Takið af pönnunni og setjið til hliðar. Hitið olíuna sem eftir er og steikið snjóbaunurnar, bambussprotana og kastaníuna í 3 mínútur. Bætið sojasósunni, víni eða sherry, sykri og salti út í og setjið kalkúninn aftur á pönnuna. Hrærið í

1 mínútu. Blandið maísmjölinu saman við smá vatn, hrærið á pönnuna og látið malla, hrærið, þar til sósan léttir og þykknar.

Kalkúnn með papriku

Fyrir 4 manns

4 þurrkaðir kínverskir sveppir

30 ml / 2 matskeiðar hnetuolía

1 bok choy, skorið í strimla

350 g reyktur kalkúnn, skorinn í strimla

1 laukur, sneiddur

1 rauð paprika, skorin í strimla

1 græn paprika, skorin í strimla

120 ml / 4 fl oz / ½ bolli kjúklingasoð

30 ml / 2 matskeiðar tómatmauk (mauk)

45 ml / 3 matskeiðar vínedik

30 ml / 2 matskeiðar sojasósa

15 ml / 1 matskeið hoisin sósa

10 ml / 2 tsk maísmjöl (maissterkja)

nokkra dropa af chilliolíu

Leggið sveppina í bleyti í volgu vatni í 30 mínútur og tæmdu síðan. Fjarlægðu stilkana og skerðu hetturnar í strimla. Hitið helminginn af olíunni og steikið kálið í um 5 mínútur eða þar til það er eldað í gegn. Takið af pönnunni. Bætið kalkúnnum út í og hrærið í 1 mínútu. Bætið grænmetinu út í og hrærið í 3 mínútur. Blandið soðinu saman við tómatmaukið, vínedikið og sósurnar og bætið á pönnuna með kálinu. Blandið maíssterkjunni saman við smá vatn, hrærið í pönnuna og látið suðuna koma upp á meðan hrært er. Hellið chiliolíu yfir og látið malla í 2 mínútur, hrærið stöðugt í.

Kínverskt steikt Tyrkland

Fyrir 8-10 manns

1 lítill kalkúnn

600 ml / 1 pkt / 2½ bollar heitt vatn

10 ml / 2 tsk kryddjurtir

500 ml / 16 fl oz / 2 bollar sojasósa

5 ml / 1 tsk sesamolía

10 ml / 2 tsk salt

45 ml / 3 matskeiðar smjör

Setjið kalkúninn á pönnu og hellið heitu vatni yfir. Bætið restinni af hráefnunum nema smjörinu út í og látið standa í 1 klukkustund og hrærið nokkrum sinnum. Takið kalkúninn úr vökvanum og penslið með smjöri. Setjið á bökunarplötu, hyljið með álpappír og bakið í forhituðum ofni við 160°C/325°F/gasmark 3 í um það bil 4 klukkustundir, stingið af og til með sojasósuvökvanum. Fjarlægðu álpappírinn og láttu húðina verða stökka síðustu 30 mínúturnar af eldun.

Kalkúnn með valhnetum og sveppum

Fyrir 4 manns

450 g kalkúnabringur

salt og pipar

safi úr 1 appelsínu

15 ml / 1 matskeið venjulegt hveiti (allur tilgangur)

12 súrsaðar svartar valhnetur með safa

5 ml / 1 tsk maísmjöl (maissterkja)

15 ml / 1 matskeið hnetuolía

2 vorlaukar (skál), skornir í teninga

225 g af kampavínssveppum

45 ml / 3 matskeiðar hrísgrjónavín eða þurrt sherry

10 ml / 2 tsk sojasósa

50 g / 2 oz / ½ bolli smjör

25 g af furuhnetum

Skerið kalkúninn í 1cm/½ þykkar sneiðar. Stráið salti, pipar og appelsínusafa yfir og stráið hveiti yfir. Tæmdu og helmingaðu valhneturnar, geymdu vökvann og blandaðu vökvanum saman við maíssterkjuna. Hitið olíuna og pönnsteikið kalkúninn þar til hann er gullinbrúnn. Bætið vorlauknum og sveppunum út í og steikið í 2 mínútur. Hrærið víninu eða sherryinu og sojasósunni út í og látið malla í 30 sekúndur. Bætið hnetunum út í maísmjölsblönduna, hrærið þeim síðan á pönnuna og látið suðuna koma upp. Bætið smjörinu saman við í litlum flögum en látið blönduna ekki sjóða. Ristið furuhneturnar á þurri pönnu þar til þær eru gullnar. Færið kalkúnablönduna yfir á heitt framreiðsludisk og berið fram skreytt með furuhnetum.

Önd með bambussprotum

Fyrir 4 manns

6 þurrkaðir kínverskir sveppir
1 önd
50 g reykt skinka, skorið í strimla
100 g / 4 oz bambussprotar, skornir í strimla
2 vorlaukar (sjalottar), skornir í strimla
2 sneiðar engiferrót, skornar í strimla
5 ml / 1 tsk salt

Leggið sveppina í bleyti í volgu vatni í 30 mínútur og tæmdu síðan. Fjarlægðu stilkana og skerðu hetturnar í strimla. Setjið allt hráefnið í hitaþolna skál og setjið í pott fyllt með vatni þar til það nær tveimur þriðju hluta skálarinnar. Látið suðuna koma upp, setjið lok á og látið malla í um 2 klukkustundir þar til öndin er soðin, fyllið á með sjóðandi vatni ef þarf.

Önd með baunaspírum

Fyrir 4 manns

225 g af baunaspírum
45 ml / 3 matskeiðar hnetuolía
450g / 1lb soðið andakjöt
15 ml / 1 msk ostrusósa
15 ml / 1 matskeið hrísgrjónavín eða þurrt sherry
30 ml / 2 matskeiðar af vatni
2,5 ml / ½ teskeið salt

Blasaðu baunaspírurnar í sjóðandi vatni í 2 mínútur og tæmdu síðan. Hitið olíuna, hrærið baunaspírurnar í 30 sekúndur. Bætið öndinni saman við, hrærið þar til hún er orðin í gegn. Bætið afganginum út í og hrærið í 2 mínútur til að blanda saman bragðinu. Berið fram strax.

Steikt önd

Fyrir 4 manns

4 vorlaukar (skál), saxaðir

1 sneið engiferrót, saxuð

120 ml / 4 fl oz / ½ bolli sojasósa

30 ml / 2 matskeiðar hrísgrjónavín eða þurrt sherry

1 önd

120 ml / 4 fl oz / ½ bolli hnetuolía

600 ml / 1 pkt / 2½ bollar vatn

15 ml / 1 matskeið púðursykur

Blandið vorlauk, engifer, sojasósu og víni eða sherry saman og nuddið öndina að innan sem utan. Hitið olíuna og steikið öndina þar til hún er ljósbrúnt á öllum hliðum. Tæmdu olíuna. Bætið vatninu og afganginum af sojasósublöndunni út í, hitið að suðu, lokið á og látið malla í 1 klst. Bætið sykrinum út í, setjið lok á og látið malla í 40 mínútur til viðbótar þar til öndin er mjúk.

Gufusoðin önd með sellerí

Fyrir 4 manns

350 g soðin önd, skorin í sneiðar

1 selleríhaus

250 ml / 8 fl oz / 1 bolli kjúklingasoð

2,5 ml / ½ teskeið salt

5 ml / 1 tsk sesamolía

1 tómatur, skorinn í báta

Setjið öndina á grind með gufubát. Skerið selleríið í 7,5 cm lengd og setjið í pönnu. Hellið soðinu út í, kryddið með salti og setjið gufubátinn á pönnuna. Látið suðuna koma upp og látið malla í um 15 mínútur þar til selleríið er meyrt og öndin hituð í gegn. Raðið öndinni og selleríinu á heitt framreiðsludisk, stráið sesamolíu yfir sellcríið og berið fram skreytt með tómatbátum.

Önd með engifer

Fyrir 4 manns

350 g andabringur, skornar í þunnar sneiðar

1 egg, létt þeytt

5 ml / 1 tsk sojasósa

5 ml / 1 tsk maísmjöl (maissterkja)

5 ml / 1 tsk hnetuolía

steikja olíu

50 g / 2 oz bambussprotar

50 g snjóbaunir (snjóbaunir)

2 sneiðar engiferrót, saxaðar

15 ml / 1 matskeið af vatni

2,5 ml / ½ tsk sykur

2,5 ml / ½ tsk hrísgrjónavín eða þurrt sherry

2,5 ml / ½ tsk sesamolía

Blandið öndinni saman við eggið, sojasósu, maíssterkju og olíu og látið standa í 10 mínútur. Hitið olíuna og steikið öndina og bambussprotana þar til þau eru soðin og gullin. Takið af pönnunni og látið renna vel af. Hellið öllu nema 15 ml/1 msk olíu af pönnunni og hrærið öndina, bambussprotana, snjóbaunurnar, engifer, vatn, sykur og vín eða sherry í 2 mínútur. Berið fram sesamolíu stráð yfir.

Önd með grænum baunum

Fyrir 4 manns

1 önd

60 ml / 4 matskeiðar hnetuolía

2 hvítlauksgeirar, muldir

2,5 ml / ½ teskeið salt

1 laukur, saxaður

15 ml / 1 matskeið rifin engiferrót

45 ml / 3 matskeiðar sojasósa

120 ml / 4 fl oz / ½ bolli hrísgrjónavín eða þurrt sherry

60 ml / 4 matskeiðar tómatsósa (catsup)

45 ml / 3 matskeiðar vínedik

300 ml / ½ pt / 1 ¼ bollar kjúklingakraftur

450 g grænar baunir, sneiddar

klípa af nýmöluðum pipar

5 dropar af chillíolíu

15 ml / 1 matskeið maísmjöl (maíssterkja)

30 ml / 2 matskeiðar af vatni

Skerið öndina í 8 eða 10 bita. Hitið olíuna og steikið öndina þar til hún er gullinbrún. Flytið yfir í skál. Bætið við hvítlauk, salti, lauk, engifer, sojasósu, víni eða sherry, tómatsósu og vínediki. Blandið saman, lokið og látið marinerast í kæliskáp í 3 klst.

Hitið olíuna, bætið öndinni, soðinu og marineringunni út í, hitið að suðu, lokið á og látið malla í 1 klst. Bætið baununum út í, setjið lok á og látið malla í 15 mínútur. Bætið við piparnum og chili olíunni. Blandið maísmjölinu saman við vatnið, hrærið á pönnuna og látið malla, hrærið, þar til sósan þykknar.

Steikt gufusoðinn önd

Fyrir 4 manns
1 önd
salt og nýmalaður pipar
steikja olíu
hoisin sósu

Kryddið öndina með salti og pipar og setjið í hitaþolna skál. Setjið á pönnu með vatni þar til það hækkar um tvo þriðju hluta upp í skálina, hitið að suðu, lokið á og látið malla í um 1½ klukkustund þar til öndin er mjúk. Tæmið og látið kólna.

Hitið olíuna og steikið öndina þar til hún er stökk og gullin. Fjarlægðu og tæmdu vel. Skerið í bita og berið fram með hoisin sósu.

Önd með framandi ávöxtum

Fyrir 4 manns

4 andabringur flök, skorin í strimla

2,5 ml / ½ teskeið fimm kryddduft

30 ml / 2 matskeiðar sojasósa

15 ml / 1 matskeið sesamolía

15 ml / 1 matskeið hnetuolía

3 stilkar sellerí, skornir í teninga

2 sneiðar ananas, sneiðar

100 g melóna, skorin í teninga

100 g litchi, skorið í tvennt

130 ml / 4 fl oz / ½ bolli kjúklingasoð

30 ml / 2 matskeiðar tómatmauk (mauk)

30 ml / 2 matskeiðar hoisin sósa

10 ml / 2 tsk vínedik

klípa af púðursykri

Setjið öndina í skál. Blandið saman fimm kryddduftinu, sojasósunni og sesamolíu, hellið yfir öndina og látið marinerast í 2 klukkustundir, hrærið af og til. Hitið olíuna og pönnsteikið öndina í 8 mínútur. Takið af pönnunni. Bætið selleríinu og ávöxtunum út í og hrærið í 5 mínútur. Setjið öndina aftur á pönnuna með afganginum af hráefninu, hitið að suðu og látið malla, hrærið í, í 2 mínútur áður en hún er borin fram.

Steikt önd með kínverskum laufum

Fyrir 4 manns

1 önd

30 ml / 2 matskeiðar hrísgrjónavín eða þurrt sherry

30 ml / 2 matskeiðar hoisin sósa

15 ml / 1 matskeið maísmjöl (maissterkja)

5 ml / 1 tsk salt

5 ml / 1 tsk sykur

60 ml / 4 matskeiðar hnetuolía

4 vorlaukar (skál), saxaðir

2 hvítlauksgeirar, muldir

1 sneið engiferrót, saxuð

75 ml / 5 matskeiðar sojasósa

600 ml / 1 pkt / 2½ bollar vatn

225 g kínversk lauf, saxuð

Skerið öndina í um 6 bita. Blandið víni eða sherry, hoisin sósu, maísmjöli, salti og sykri saman og nuddið yfir öndina. Látið hvíla í 1 klst. Hitið olíuna og steikið vorlauk, hvítlauk og engifer í nokkrar sekúndur. Bætið öndinni út í og steikið þar til hún er ljósbrúnt á öllum hliðum. Tæmið umfram fitu af. Hellið sojasósunni og vatni út í, hitið að suðu, lokið á og látið malla í um 30 mínútur. Bætið kínversku laufunum út í, lokið aftur og látið malla í 30 mínútur til viðbótar þar til öndin er mjúk.

Drukkinn önd

Fyrir 4 manns

2 vorlaukar (skál), saxaðir

2 hvítlauksgeirar, saxaðir

1,5 l / 2½ pt / 6 bollar vatn

1 önd

450 ml / ¾ pt / 2 bollar hrísgrjónavín eða þurrt sherry

Setjið vorlaukinn, hvítlaukinn og vatnið á stóra pönnu og látið suðuna koma upp. Bætið öndinni út í, látið suðuna koma upp aftur, setjið lok á og látið malla í 45 mínútur. Tæmið vel, geymið vökvann fyrir soðið. Látið öndina kólna og setjið í kæli yfir nótt. Skerið öndina í bita og setjið í stóra skrúfukrukku. Hellið víni eða sherry yfir og látið kólna í um það bil 1 viku áður en það er tæmt og borið fram kalt.

Fimm krydd önd

Fyrir 4 manns

150 ml / ¼ pt / ½ ríflegur bolli hrísgrjónavín eða þurrt sherry

150 ml / ¼ pt / rausnarleg ½ bolli sojasósa

1 önd

10 ml / 2 teskeiðar fimm krydd duft

Látið suðuna koma upp víninu eða sherríinu og sojasósunni. Bætið öndinni út í og látið malla, snúið við, í um 5 mínútur. Takið öndina af pönnunni og nuddið fimm kryddduftinu inn í húðina. Setjið fuglinn aftur á pönnuna og bætið við nægu vatni til að hálf hylja öndina. Látið suðuna koma upp, setjið lok á og látið malla í um 1 1/2 klst þar til öndin er mjúk, snúið og bastið oft. Skerið öndina í 5cm/2cm bita og berið fram heita eða kalda.

Hrærð önd með engifer

Fyrir 4 manns

1 önd

2 sneiðar engiferrót, saxaðar

2 vorlaukar (skál), saxaðir

15 ml / 1 matskeið maísmjöl (maissterkja)

30 ml / 2 matskeiðar sojasósa

30 ml / 2 matskeiðar hrísgrjónavín eða þurrt sherry

2,5 ml / ½ teskeið salt

45 ml / 3 matskeiðar hnetuolía

Takið kjötið af beinum og skerið það í bita. Blandið kjötinu saman við allt sem eftir er nema olíunni. Látið hvíla í 1 klst. Hitið olíuna og steikið öndina í marineringunni í um 15 mínútur þar til öndin er mjúk.

Önd með skinku og blaðlauk

Fyrir 4 manns

1 önd

450 g / 1 lb reykt skinka

2 blaðlaukur

2 sneiðar engiferrót, saxaðar

45 ml / 3 matskeiðar hrísgrjónavín eða þurrt sherry

45 ml / 3 matskeiðar sojasósa

2,5 ml / ½ teskeið salt

Setjið öndina á pönnu og hyljið með köldu vatni. Látið suðuna koma upp, loki á og látið malla í um 20 mínútur. Tæmið og setjið til hliðar 450ml/¾ pts/2 bollar seyði. Látið öndina kólna aðeins og skerið kjötið af beinum og skerið í 5cm/2cm ferninga Skerið skinkuna í svipaða bita. Skerið langa bita af blaðlauk og rúllið önd og skinkusneið innan í blaðið og bindið það með bandi. Setjið í hitaþolna skál. Bætið engiferinu, víninu eða sherríinu, sojasósunni og salti við soðið sem er frátekið og hellið því yfir andarúllurnar. Setjið skálina í pönnu sem er fyllt með vatni þannig að hún nái tvo þriðju hluta upp með hliðum skálarinnar. Látið suðuna koma upp, setjið lok á og látið malla í um 1 klukkustund þar til öndin er mjúk.

Steikt önd með hunangi

Fyrir 4 manns

1 önd

salt

3 hvítlauksrif, pressuð

3 vorlaukar (skál), saxaðir

45 ml / 3 matskeiðar sojasósa

45 ml / 3 matskeiðar hrísgrjónavín eða þurrt sherry

45 ml / 3 matskeiðar hunang

200 ml / 7 fl oz / lítill 1 bolli sjóðandi vatn

Þurrkaðu öndina og nuddaðu með salti að innan sem utan. Hrærið hvítlauk, vorlauk, sojasósu og víni eða sherry saman við og skiptið svo blöndunni í tvennt. Blandið hunanginu í tvennt og nuddið því á öndina og látið það síðan þorna. Bætið vatni við hunangsblönduna sem eftir er. Hellið sojasósublöndunni í holið á öndinni og setjið á grind í steikarpönnu með smá vatni í botninum. Eldið í forhituðum ofni við 180°C/350°F/gasmark 4 í um það bil 2 klukkustundir þar til öndin er mjúk, hrærið í gegn með hunangsblöndunni sem eftir er.

Blaut steikt önd

Fyrir 4 manns

6 vorlaukar (skál), saxaðir
2 sneiðar engiferrót, saxaðar
1 önd
2,5 ml / ½ teskeið malaður anís
15 ml / 1 matskeið sykur
45 ml / 3 matskeiðar hrísgrjónavín eða þurrt sherry
60 ml / 4 matskeiðar sojasósa
250 ml / 8 fl oz / 1 bolli vatn

Setjið helminginn af vorlauknum og engiferinu á stóra, þunga pönnu. Setjið afganginn í holið á öndinni og bætið á pönnuna. Bætið við öllu öðru hráefni nema hoisin sósunni, látið suðuna koma upp, setjið lok á og látið malla í um 1 1/2 klukkustund, hrærið af og til. Takið öndina af pönnunni og látið þorna í um 4 klukkustundir.

Setjið öndina á grind í bökunarplötu sem er fyllt með smá köldu vatni. Bakið í forhituðum ofni við 230C/450F/gasmark 8 í 15 mínútur, snúið síðan við og bakið í 10 mínútur til viðbótar þar til það er stökkt. Á meðan, hitaðu vökvann sem geymdur er og helltu honum yfir öndina til að bera fram.

Hrærð önd með sveppum

Fyrir 4 manns

1 önd

75 ml / 5 matskeiðar hnetuolía

45 ml / 3 matskeiðar hrísgrjónavín eða þurrt sherry

15 ml / 1 matskeið sojasósa

15 ml / 1 matskeið sykur

5 ml / 1 tsk salt

klípa af pipar

2 hvítlauksgeirar, muldir

225 g sveppir, skornir í tvennt

600 ml / 1 pt / 2½ bollar kjúklingasoð

15 ml / 1 matskeið maísmjöl (maissterkja)

30 ml / 2 matskeiðar af vatni

5 ml / 1 tsk sesamolía

Skerið öndina í 5cm/2cm bita. Hitið 45 ml/3 msk olíu og steikið öndina þar til hún er ljósbrúnt á öllum hliðum. Bætið víni eða sherríi, sojasósu, sykri, salti og pipar út í og hrærið í 4 mínútur. Takið af pönnunni. Hitið afganginn af olíunni og steikið hvítlaukinn þar til hann er ljósbrúnn. Bætið sveppunum út í og hrærið þar til þeir eru húðaðir með olíu, setjið síðan andablönduna aftur á pönnuna og bætið soðinu út í. Látið suðuna koma upp, setjið lok á og látið malla í um 1 klukkustund þar til öndin er mjúk. Blandið maísmjölinu og vatni saman þar til það myndast deig, blandið því síðan saman við blönduna og látið malla, hrærið, þar til sósan þykknar. Stráið sesamolíu yfir og berið fram.

Önd með tveimur sveppum

Fyrir 4 manns

6 þurrkaðir kínverskir sveppir

1 önd

750 ml / 1¼ punktar / 3 bollar kjúklingasoð

45 ml / 3 matskeiðar hrísgrjónavín eða þurrt sherry

5 ml / 1 tsk salt

100 g / 4 oz bambussprotar, skornir í strimla

100 g af kampavínssveppum

Leggið sveppina í bleyti í volgu vatni í 30 mínútur og tæmdu síðan. Fjarlægðu stilkana og helmingaðu tappana. Setjið öndina í stóra hitaþolna skál með soðinu, víni eða sherry og salti og setjið í pott fyllta með vatni þannig að hún komi tvo þriðju hlutar upp með hliðum skálarinnar. Látið suðuna koma upp, setjið lok á og látið malla í um 2 klukkustundir þar til öndin er mjúk. Takið af pönnunni og skerið kjötið af beinum. Flyttu eldunarvökvanum yfir á sérstaka pönnu. Raðið bambussprotum og báðum sveppum í botninn á bökunarforminu, setjið andakjötið í staðinn, setjið lok á og látið gufa í 30 mínútur í viðbót. Látið suðuna koma upp og hellið yfir öndina til að bera fram.

Steikt önd með lauk

Fyrir 4 manns

4 þurrkaðir kínverskir sveppir

1 önd

90 ml / 6 matskeiðar sojasósa

60 ml / 4 matskeiðar hnetuolía

1 vorlaukur (laukur), saxaður

1 sneið engiferrót, saxuð

45 ml / 3 matskeiðar hrísgrjónavín eða þurrt sherry

450 g laukur, sneiddur

100 g / 4 oz bambussprotar, sneiðar

15 ml / 1 matskeið púðursykur

15 ml / 1 matskeið maísmjöl (maissterkja)

45 ml / 3 matskeiðar af vatni

Leggið sveppina í bleyti í volgu vatni í 30 mínútur og tæmdu síðan. Fjarlægðu stilkana og skerðu hetturnar í sneiðar. Nuddaðu 15 ml/1 msk sojasósu inn í öndina. Geymið 15 ml/1 msk olíu, hitið olíuna sem eftir er og steikið vorlaukinn og engiferinn þar til hann er ljósbrúnn. Bætið öndinni út í og steikið þar til hún er ljósbrúnt á öllum hliðum. Fjarlægðu umfram fitu. Bætið við víninu eða sherríinu, sojasósunni sem eftir er á pönnunni og nóg af vatni til að næstum hylja öndina. Látið suðuna koma upp, setjið lok á og látið malla í 1 klukkustund, hrærið af og til.

Hitið varðveitt olíu og steikið laukinn þar til hann er mjúkur. Takið af hitanum og hrærið bambussprotum og sveppum saman við, bætið svo við öndina, setjið lok á og látið malla í 30 mínútur til viðbótar þar til öndin er mjúk. Takið öndina af pönnunni, skerið í bita og raðið á heitan disk. Hitið vökvann á pönnunni að suðu, bætið sykri og maísmjöli út í og látið malla, hrærið, þar til blandan sýður og þykknar. Hellið öndinni yfir til að bera fram.

Önd í appelsínusósu

Fyrir 4 manns

1 önd
3 vorlaukar (skál), skornir í bita
2 sneiðar engiferrót, skornar í strimla
1 sneið af appelsínuberki
salt og nýmalaður pipar

Setjið öndina í stóra pönnu, hyljið með vatni og látið suðuna koma upp. Bætið vorlauknum, engiferinu og appelsínuberkinum út í, setjið lok á og látið malla í um 1½ klukkustund þar til öndin er mjúk. Kryddið með salti og pipar, hellið af og berið fram.

Steikt önd með appelsínu

Fyrir 4 manns

1 önd

2 hvítlauksgeirar, skornir í tvennt

45 ml / 3 matskeiðar hnetuolía

1 laukur

1 appelsína

120 ml / 4 fl oz / ½ bolli hrísgrjónavín eða þurrt sherry

2 sneiðar engiferrót, saxaðar

5 ml / 1 tsk salt

Nuddið hvítlauknum yfir öndina að innan sem utan og pensliðsíðan með olíu. Gatið skrælda laukinn með gaffli, setjið hann ásamt óafhýddu appelsínunni inn í holið á öndinni og þéttið með teini. Setjið öndina á grind yfir steikarbakka fyllt með smá heitu vatni og steikið í forhituðum ofni við 160°C/325°F/gasmark 3 í um það bil 2 klukkustundir. Fargið vökvanum og setjið öndina aftur í steikarpönnu. Hellið víni eða sherry yfir og stráið engifer og salti yfir. Setjið aftur inn í ofn í 30 mínútur í viðbót. Fjarlægðu laukinn og appelsínuna og skerðu öndina í bita til að bera fram. Hellið pönnusafa yfir öndina til að bera fram.

Önd með perum og kastaníuhnetum

Fyrir 4 manns

225 g kastaníuhnetur úr skel

1 önd

45 ml / 3 matskeiðar hnetuolía

250 ml / 8 fl oz / 1 bolli kjúklingasoð

45 ml / 3 matskeiðar sojasósa

15 ml / 1 matskeið hrísgrjónavín eða þurrt sherry

5 ml / 1 tsk salt

1 sneið engiferrót, saxuð

1 stór pera, afhýdd og skorin í þykkar sneiðar

15 ml / 1 matskeið sykur

Sjóðið kastaníuhneturnar í 15 mínútur og tæmdu þær síðan. Skerið öndina í 5cm/2cm bita. Hitið olíuna og steikið öndina þar til hún er ljósbrúnt á öllum hliðum. Hellið umfram olíu af og bætið síðan við seyði, sojasósu, víni eða sherry, salti og engifer. Látið suðuna koma upp, lokið á og látið malla í 25 mínútur, hrærið af og til. Bætið kastaníuhnetunum út í, setjið lok á og látið malla í 15 mínútur í viðbót. Stráið perunni yfir sykri, bætið á pönnuna og látið malla í um 5 mínútur þar til hún er orðin í gegn.

Peking önd

Fyrir 6 manns

1 önd

250 ml / 8 fl oz / 1 bolli vatn

120 ml / 4 fl oz / ½ bolli hunang

120 ml / 4 fl oz / ½ bolli sesamolía

Fyrir pönnukökurnar:

250 ml / 8 fl oz / 1 bolli vatn

225 g / 8 oz / 2 bollar venjulegt hveiti (allur tilgangur)

hnetuolía (hnetur) til steikingar

Fyrir köfun:

120 ml / 4 fl oz / ½ bolli hoisin sósa

30 ml / 2 matskeiðar púðursykur

30 ml / 2 matskeiðar sojasósa

5 ml / 1 tsk sesamolía

6 vorlaukar (skallaukar), skornir langsum

1 agúrka, skorin í strimla

Öndin á að vera heil með roðið ósnortið. Bindið hálsinn tryggilega með bandi og saumið eða þræðið botnopið. Skerið litla rauf á hliðina á hálsinum, stingið strái í og blásið lofti undir húðina þar til hún bólgnar. Hengdu öndinni yfir skál og láttu hana hanga í 1 klukkustund.

Látið suðuna koma upp í potti með vatni, stingið öndinni í og sjóðið í 1 mínútu, takið svo úr og þurrkið vel. Hitið vatnið að suðu og hrærið hunanginu saman við. Nuddaðu blöndunni inn í húð öndarinnar þar til hún er mettuð. Hengdu öndina yfir skál á köldum, loftgóðum stað í um 8 klukkustundir þar til húðin er orðin stíf.

Hengdu öndinni eða settu á grind yfir bökunarplötu og steiktu í forhituðum ofni við 180°C/350°F/gasmark 4 í um það bil 1½ klukkustund, stráðu reglulega með sesamolíu.

Til að búa til pönnukökur, sjóðið vatn og bætið síðan við hveiti smám saman. Hnoðið létt þar til þú færð mjúkt deig, hyljið með rökum klút og látið standa í 15 mínútur. Flettu því út á hveitistráðu sætabrauðsborði og myndaðu langan sívalning. Skerið í 2,5 cm/1 tommu sneiðar og fletjið síðan út í um það bil 5 mm/¼ tommu þykkt og penslið toppana með olíu. Staflaðu í pörum með olíuborin yfirborð í snertingu og dustaðu ytri hlutana létt með hveiti. Fletjið pörin út í um 10 cm í þvermál og eldið í pörum í um það bil 1 mínútu á hvorri hlið þar til þau eru ljósbrúnt. Aðskilja og stafla þar til tilbúið til framreiðslu.

Undirbúið sósurnar með því að blanda helmingnum af hoisinsósunni saman við sykurinn og blanda afganginum af hoisinsósunni saman við sojasósuna og sesamolíuna.

Takið öndina úr ofninum, skerið skinnið og skerið það í ferninga og skerið kjötið í teninga. Raðið á aðskilda diska og berið fram með pönnukökum, sósum og meðlæti.

Steikt önd með ananas

Fyrir 4 manns

1 önd

400 g niðursoðnir ananasbitar í sírópi

45 ml / 3 matskeiðar sojasósa

5 ml / 1 tsk salt

klípa af nýmöluðum pipar

Setjið öndina í þykka pönnu, hyljið með vatni, hitið að suðu, lokið á og látið malla í 1 klukkustund. Hellið ananassírópinu á pönnuna með sojasósunni, salti og pipar, setjið lok á og látið malla í 30 mínútur í viðbót. Bætið ananasbitunum út í og látið malla í 15 mínútur í viðbót þar til öndin er mjúk.

Hrærð önd með ananas

Fyrir 4 manns

1 önd

45 ml / 3 matskeiðar maísmjöl (maissterkja)

45 ml / 3 matskeiðar sojasósa

225 g niðursoðinn ananas í sírópi

45 ml / 3 matskeiðar hnetuolía

2 sneiðar engiferrót, skornar í strimla

15 ml / 1 matskeið hrísgrjónavín eða þurrt sherry

5 ml / 1 tsk salt

Skerið kjötið af beinum og skerið það í bita. Blandið sojasósunni saman við 30ml/2msk maísmjöl og hentu því í öndina þar til hún er vel húðuð. Látið hvíla í 1 klukkustund, hrærið af og til. Maukið ananas og síróp og hitið varlega á pönnu. Blandið því sem eftir er af maísmjölinu saman við smá vatn, hrærið á pönnuna og látið malla, hrærið, þar til sósan þykknar. Halda hita. Hitið olíuna og steikið engiferið þar til það er orðið léttbrúnað, fjarlægið síðan engiferinn. Bætið öndinni út í og steikið þar til hún er ljósbrúnt á öllum hliðum. Bætið víninu eða sherryinu og salti út í og hrærið í nokkrar mínútur þar til öndin er soðin. Setjið öndina á heitan disk, hellið sósunni yfir og berið fram strax.

Ananas og engiferönd

Fyrir 4 manns

1 önd

100 g engifer í sírópi

200 g / 7 oz niðursoðnir ananasbitar í sírópi

5 ml / 1 tsk salt

15 ml / 1 matskeið maísmjöl (maissterkja)

30 ml / 2 matskeiðar af vatni

Setjið öndina í hitaþolna skál og setjið hana í pott fyllta með vatni þannig að hún komi tvo þriðju hlutar upp með hliðum skálarinnar. Látið suðuna koma upp, setjið lok á og látið malla í um 2 klukkustundir þar til öndin er mjúk. Fjarlægðu öndina og láttu hana kólna aðeins. Fjarlægðu húð og bein og skerðu öndina í bita. Raðið þeim á disk og haldið þeim heitum.

Tæmið engifer- og ananassírópið á pönnu, bætið salti, maíssterkju og vatni út í. Látið suðuna koma upp, hrærið og látið malla í nokkrar mínútur, hrærið í, þar til sósan léttist og þykknar. Bætið engiferinu og ananunum út í, blandið saman og hellið yfir öndina til að bera fram.

Önd með ananas og lychee

Fyrir 4 manns

4 andabringur

15 ml / 1 matskeið sojasósa

1 negull af stjörnuanís

1 sneið engiferrót

hnetuolía (hnetur) til steikingar

90 ml / 6 matskeiðar af vínediki

100 g / 4 oz / ½ bolli púðursykur

250 ml / 8 fl oz / ½ bolli kjúklingasoð

15 ml / 1 matskeið tómatsósa (tómatsósa)

200 g / 7 oz niðursoðnir ananasbitar í sírópi

15 ml / 1 matskeið maísmjöl (maíssterkja)

6 niðursoðin litchi

6 maraschino kirsuber

Setjið endur, sojasósu, anís og engifer í pott og setjið köldu vatni yfir. Látið suðuna koma upp, skyrið, setjið lok á og látið malla í um 45 mínútur þar til öndin er soðin. Tæmið og þurrkið. Steikið í heitri olíu þar til þær verða stökkar.

Á meðan er vínedikinu, sykri, soði, tómatsósu og 30ml/2 msk ananassírópi blandað saman á pönnu, látið suðuna koma upp og látið malla í um 5 mínútur þar til það er þétt. Hrærið ávöxtunum saman við og hitið í gegn áður en öndin er hellt yfir til að bera fram.

Önd með svínakjöti og kastaníuhnetum

Fyrir 4 manns

6 þurrkaðir kínverskir sveppir

1 önd

225 g kastaníuhnetur úr skel

225 g magurt svínakjöt, skorið í teninga

3 vorlaukar (skál), saxaðir

1 sneið engiferrót, saxuð

250 ml / 8 fl oz / 1 bolli sojasósa

900 ml / 1½ punktur / 3¾ bollar af vatni

Leggið sveppina í bleyti í volgu vatni í 30 mínútur og tæmdu síðan. Fjarlægðu stilkana og skerðu hetturnar í sneiðar. Setjið á stóra pönnu með öllu sem eftir er af hráefninu, hitið að suðu, lokið á og látið malla í um 1½ klukkustund þar til öndin er elduð.

Önd með kartöflum

Fyrir 4 manns

75 ml / 5 matskeiðar hnetuolía

1 önd

3 hvítlauksrif, pressuð

30 ml / 2 matskeiðar svartbaunasósa

10 ml / 2 tsk salt

1,2 l / 2 pt / 5 bollar af vatni

2 blaðlaukar, skornir í þykkar sneiðar

15 ml / 1 matskeið sykur

45 ml / 3 matskeiðar sojasósa

60 ml / 4 matskeiðar hrísgrjónavín eða þurrt sherry

1 negull af stjörnuanís

900 g / 2 lb kartöflur, þykkar sneiðar

½ höfuð af kínverskum laufum

15 ml / 1 matskeið maísmjöl (maissterkja)

30 ml / 2 matskeiðar af vatni

greinar af flatblaða steinselju

Hitið 60 ml / 4 matskeiðar olíu og steikið öndina þar til hún er gullinbrún á öllum hliðum. Bindið eða saumið hálsendann og setjið öndina, með hálsinum niður, í djúpa skál. Hitið afganginn af olíunni og steikið hvítlaukinn þar til hann er ljósbrúnn. Bætið svörtu baunasósunni og salti út í og hrærið í 1 mínútu. Bætið vatni, blaðlauk, sykri, sojasósu, víni eða sherry og stjörnuanís út í og látið suðuna koma upp. Hellið 120 ml / 8 fl oz / 1 bolla af blöndunni í holrúm öndarinnar og bindið eða saumið til að festa. Hitið afganginn af blöndunni á pönnunni að suðu. Bætið öndinni og kartöflunum saman við, setjið lok á og látið malla í 40 mínútur, snúið öndinni einu sinni við. Raðið kínversku laufunum á framreiðsludisk. Takið öndina af pönnunni, skerið hana í 5 cm / 2 bita og raðið á borðplötuna með kartöflunum. Blandið maísmjölinu saman við vatnið, hrærið á pönnuna og látið malla, hrærið, þar til sósan þykknar.

Elduð rauðönd

Fyrir 4 manns

1 önd
4 vorlaukar (sjalottar), skornir í bita
2 sneiðar engiferrót, skornar í strimla
90 ml / 6 matskeiðar sojasósa
45 ml / 3 matskeiðar hrísgrjónavín eða þurrt sherry
10 ml / 2 tsk salt
10 ml / 2 tsk sykur

Setjið öndina í þunga pönnu, hyljið með vatni og látið suðuna koma upp. Bætið vorlauk, engifer, víni eða sherry og salti út í, setjið lok á og látið malla í um 1 klst. Bætið sykrinum út í og látið malla í 45 mínútur í viðbót þar til öndin er mjúk. Skerið öndina á disk og berið fram heita eða kalda, með eða án sósu.

Brennt önd í hrísgrjónavíni

Fyrir 4 manns

1 önd

500 ml / 14 fl oz / 1¾ bollar hrísgrjónavín eða þurrt sherry

5 ml / 1 tsk salt

45 ml / 3 matskeiðar sojasósa

Setjið öndina á þunga pönnu ásamt sherríinu og salti, hitið að suðu, lokið á og látið malla í 20 mínútur. Tæmdu öndina, geymdu vökvann og nuddaðu með sojasósu. Setjið á grind í ofnskúffu sem er fyllt með smá heitu vatni og eldið í forhituðum ofni við 180°C/350°F/gasmark 4 í um það bil 1 klukkustund, hrærið reglulega með vínvökvanum sem eftir er.

Gufusoðin önd með hrísgrjónavíni

Fyrir 4 manns

1 önd

4 vorlaukar (skál), skornir í tvennt

1 sneið engiferrót, saxuð

250 ml / 1 bolli hrísgrjónavín eða þurrt sherry

30 ml / 2 matskeiðar sojasósa

klípa af salti

Blasaðu öndina í sjóðandi vatni í 5 mínútur og tæmdu síðan. Setjið í hitaþolna skál með restinni af hráefninu. Settu skálina í pönnu sem er fyllt með vatni þannig að hún komi tvo þriðju hlutar upp með hliðum skálarinnar. Látið suðuna koma upp, setjið lok á og látið malla í um 2 klukkustundir þar til öndin er mjúk. Fjarlægðu vorlaukinn og engiferinn áður en hann er borinn fram.

Hægelduð önd

Fyrir 4 manns

1 önd

50 g / 2 oz / ½ bolli maísmjöl (maissterkja)

steikja olíu

2 hvítlauksgeirar, muldir

30 ml / 2 matskeiðar hrísgrjónavín eða þurrt sherry

30 ml / 2 matskeiðar sojasósa

5 ml / 1 tsk rifin engiferrót

750 ml / 1¼ punktar / 3 bollar kjúklingasoð

4 þurrkaðir kínverskir sveppir

225 g / 8 oz bambussprotar, sneiddar

225 g vatnskastaníur, skornar í sneiðar

10 ml / 2 tsk sykur

klípa af pipar

5 vorlaukar (laukur), skornir í sneiðar

Skerið öndina í skammtastærða bita. Geymið 30 ml/2 msk maísmjöl og hjúpið öndina með maísmjölinu sem eftir er. Rykið af umframmagninu. Hitið olíuna og steikið hvítlaukinn og öndina þar til þær eru ljósbrúnar. Takið af pönnunni og látið renna af á ísogandi pappír. Setjið öndina í stóra pönnu. Hrærið víninu eða sherryinu, 15ml/1msk sojasósu og engiferinu saman við. Bætið á pönnuna og eldið við háan hita í 2 mínútur. Bætið helmingnum af soðinu út í, látið suðuna koma upp, setjið lok á og látið malla í um 1 klukkustund þar til öndin er mjúk.

Í millitíðinni skaltu leggja sveppina í bleyti í volgu vatni í 30 mínútur og tæma þá. Fjarlægðu stilkana og skerðu hetturnar í sneiðar. Bætið sveppunum, bambussprotunum og vatnskastanunum við öndina og eldið, hrærið oft, í 5 mínútur. Skerið fituna úr vökvanum. Blandið afganginum af seyði, maísmjöli og sojasósu saman við sykur og pipar og hrærið í pönnuna. Látið suðuna koma upp, hrærið í og látið malla í um 5 mínútur þar til sósan hefur þykknað. Færið yfir í upphitaða framreiðsluskál og berið fram skreytt með vorlauk.

Hrærð önd

Fyrir 4 manns

1 eggjahvíta, létt þeytt

20 ml / 1½ matskeiðar maísmjöl (maissterkja)

salt

450 g andabringur, skornar í þunnar sneiðar

45 ml / 3 matskeiðar hnetuolía

2 vorlaukar (sjalottar), skornir í strimla

1 græn paprika, skorin í strimla

5 ml / 1 tsk hrísgrjónavín eða þurrt sherry

75 ml / 5 matskeiðar kjúklingakraftur

2,5 ml / ½ tsk sykur

Þeytið eggjahvítuna með 15 ml / 1 matskeið af maísmjöli og klípu af salti. Bætið öndinni í sneiðar saman við og hrærið þar til öndin er húðuð. Hitið olíuna og steikið öndina þar til hún er elduð og gullinbrún. Fjarlægðu öndina af pönnunni og tæmdu alla nema 30 ml/2 msk af olíunni. Bætið vorlauknum og piparnum út í og steikið í 3 mínútur. Bætið víninu eða sherríinu, soðinu og sykri út í og látið suðuna koma upp. Blandið því sem eftir er af maísmjölinu saman við smá vatn, hrærið út í sósuna og látið malla, hrærið, þar til sósan þykknar. Hrærið öndinni saman við, hitið í gegn og berið fram.

Önd með sætum kartöflum

Fyrir 4 manns

1 önd

250 ml / 8 fl oz / 1 bolli hnetuolía

225 g sætar kartöflur, skrældar og skornar í teninga

2 hvítlauksgeirar, muldir

1 sneið engiferrót, saxuð

2,5 ml / ½ tsk kanill

2,5 ml / ½ teskeið malaður negull

klípa af möluðum anís

5 ml / 1 tsk sykur

15 ml / 1 matskeið sojasósa

250 ml / 8 fl oz / 1 bolli kjúklingasoð

15 ml / 1 matskeið maísmjöl (maissterkja)

30 ml / 2 matskeiðar af vatni

Skerið öndina í 5cm/2cm bita. Hitið olíuna og steikið kartöflurnar þar til þær eru gullinbrúnar. Fjarlægðu þau af pönnunni og tæmdu allt nema 30 ml / 2 matskeiðar af olíu. Bætið hvítlauknum og engiferinu út í og hrærið í 30 sekúndur. Bætið öndinni út í og steikið þar til hún er ljósbrúnt á öllum hliðum. Bætið við kryddi, sykri, sojasósu og seyði og látið suðuna koma upp. Bætið kartöflunum út í, setjið lok á og látið malla í um 20 mínútur þar til öndin er mjúk. Blandið maísmjölinu saman við vatnið, hrærið því síðan á pönnuna og látið malla, hrærið, þar til sósan þykknar.

Súrsæt önd

Fyrir 4 manns

1 önd

1,2 L / 2 pt / 5 bollar kjúklingasoð

2 laukar

2 gulrætur

2 hvítlauksgeirar, sneiddir

15 ml / 1 matskeið súrsuðu krydd

10 ml / 2 tsk salt

10 ml / 2 tsk hnetuolía

6 vorlaukar (skál), saxaðir

1 mangó, afhýtt og skorið í teninga

12 litkí, helmingaður

15 ml / 1 matskeið maísmjöl (maissterkja)

15 ml / 1 matskeið vínedik

10 ml / 2 tsk tómatmauk (þykkni)

15 ml / 1 matskeið sojasósa

5 ml / 1 tsk fimm krydd duft

300 ml / ½ pt / 1¼ bollar kjúklingakraftur

Setjið öndina í gufukörfu yfir pönnu sem inniheldur soðið, lauk, gulrætur, hvítlauk, súrsuðu krydd og salt. Lokið og látið gufa í 2 1/2 klst. Látið öndina kólna, hyljið hana og setjið í kæli í 6 klst. Takið kjötið af beinum og skerið það í teninga. Hitið olíuna og steikið öndina og vorlaukinn þar til hún er stökk. Hrærið afganginum saman við, látið suðuna koma upp og látið malla í 2 mínútur, hrærið í, þar til sósan hefur þykknað.

Mandarínuönd

Fyrir 4 manns

1 önd

60 ml / 4 matskeiðar hnetuolía

1 stykki þurrkaður mandarínuhýði

900 ml / 1½ punktur / 3¾ bollar kjúklingakraftur

5 ml / 1 tsk salt

Hengdu öndina til þerris í 2 klst. Hitið helminginn af olíunni og steikið öndina þar til hún er ljósbrúnt. Flyttu yfir í stóra hitaþolna skál. Hitið olíuna sem eftir er og steikið mandarínubörkinn í 2 mínútur og setjið hana síðan inn í öndina. Hellið soðinu yfir öndina og kryddið með salti. Setjið skálina á grind í gufubát, lokið á og látið gufa í um 2 klukkustundir þar til öndin er mjúk.

Önd með grænmeti

Fyrir 4 manns

1 stór önd, skorin í 16 bita
salt
300 ml / ½ pt / 1¼ bollar vatn
300 ml / ½ pt / 1¼ bollar þurrt hvítvín
120 ml / 4 fl oz / ½ bolli vínedik
45 ml / 3 matskeiðar sojasósa
30 ml / 2 matskeiðar plómusósa
30 ml / 2 matskeiðar hoisin sósa
5 ml / 1 tsk fimm krydd duft
6 vorlaukar (skál), saxaðir
2 gulrætur, saxaðar
5 cm / 2 í hvítri radísu, saxað
50 g kínakál, skorið í teninga
nýmalaður pipar
5 ml / 1 tsk sykur

Setjið andabitana í skál, stráið salti yfir og bætið við vatni og víni. Bætið vínedikinu, sojasósunni, plómusósunni, hoisinsósunni og fimm kryddduftinu út í, látið suðuna koma upp, lokið á og látið malla í um 1 klst. Bætið grænmetinu á pönnuna, takið lokið af og látið malla í 10 mínútur í viðbót. Kryddið með salti, pipar og sykri og látið kólna. Lokið og kælið yfir nótt. Skerið fituna af og hitið öndina aftur í sósunni í 20 mínútur.

Kryddað svínakjöt

Fyrir 4 manns

450g/1lb svínakjöt, í teningum

salt og pipar

30 ml / 2 matskeiðar sojasósa

30 ml / 2 matskeiðar hoisin sósa

45 ml / 3 matskeiðar hnetuolía

120 ml / 4 fl oz / ½ bolli hrísgrjónavín eða þurrt sherry

300 ml / ½ pt / 1¼ bollar kjúklingakraftur

5 ml / 1 tsk fimm krydd duft

6 vorlaukar (skál), saxaðir

225 g ostrusveppir, skornir í sneiðar

15 ml / 1 matskeið maísmjöl (maissterkja)

Kryddið kjötið með salti og pipar. Setjið á disk og blandið sojasósunni og hoisin sósunni saman. Lokið og látið marinerast í 1 klst. Hitið olíuna og pönnsteikið kjötið þar til það er gullbrúnt. Bætið við víninu eða sherryinu, soðinu og fimmkryddaduftinu, hitið að suðu, lokið á og látið malla í 1 klst. Bætið vorlauknum og sveppunum út í, takið lokið af og látið malla í 4 mínútur til viðbótar. Blandið maíssterkjunni saman við smá vatn, náið suðu og látið malla, hrærið í, í 3 mínútur þar til sósan hefur þykknað.

Gufusoðnar svínabollur

Fyrir 12

30 ml / 2 matskeiðar hoisin sósa

15 ml / 1 msk ostrusósa

15 ml / 1 matskeið sojasósa

2,5 ml / ½ tsk sesamolía

30 ml / 2 matskeiðar hnetuolía

10 ml / 2 tsk rifin engiferrót

1 hvítlauksgeiri, pressaður

300 ml / ½ pt / 1¼ bollar vatn

15 ml / 1 matskeið maísmjöl (maissterkja)

225 g soðið svínakjöt, smátt saxað

4 vorlaukar (skallaukar), smátt saxaðir

350 g / 12 oz / 3 bollar venjulegt hveiti (allur tilgangur)

15 ml / 1 matskeið lyftiduft

2,5 ml / ½ teskeið salt

50 g / 2 oz / ½ bolli svínafeiti

5 ml / 1 tsk vínedik

12 x 13 cm / 5 ferningar af vaxpappír

Hrærið hoisin, ostrur og sojasósur og sesamolíu saman við. Hitið olíuna og steikið engifer og hvítlauk þar til það er léttbrúnað. Bætið sósublöndunni út í og steikið í 2 mínútur. Blandið 120 ml / 4 fl oz / ½ bolli af vatni saman við maíssterkjuna og hrærið í pönnuna. Látið suðuna koma upp, hrærið í og látið malla þar til blandan þykknar. Hrærið svínakjötinu og lauknum saman við og látið kólna.

Blandið saman hveiti, lyftidufti og salti. Nuddið smjörfeiti þar til blandan líkist fínum brauðrasp. Blandið vínedikinu og vatni sem eftir er, blandið því síðan saman við hveitið til að mynda stíft deig. Hnoðið létt á hveitistráðu yfirborði og hyljið síðan og látið standa í 20 mínútur.

Hnoðið deigið aftur, skiptið því í 12 og mótið hverja kúlu. Fletjið út í 15cm/6cm hring á hveitistráðu sætabrauðsborði. Setjið matskeiðar af fyllingu í miðju hvers hrings, penslið brúnirnar með vatni og klípið saman brúnirnar til að loka fyllingunni. Penslið aðra hlið hvers fernings af vaxpappír með olíu. Setjið hverja samloku á ferning af pappír, saumið með hliðinni niður. Settu bollur í einu lagi á gufugrind yfir sjóðandi vatni. Lokið og látið gufusjóða bollurnar í um 20 mínútur þar til þær eru eldaðar.

Svínakjöt með káli

Fyrir 4 manns

6 þurrkaðir kínverskir sveppir
30 ml / 2 matskeiðar hnetuolía
450g/1lb svínakjöt, skorið í strimla
2 laukar, sneiddir
2 rauðar paprikur, skornar í strimla
350 g hvítkál, saxað
2 hvítlauksgeirar, saxaðir
2 stykki engifer stilkur, saxaður
30 ml / 2 matskeiðar hunang
45 ml / 3 matskeiðar sojasósa
120 ml / 4 fl oz / ½ bolli þurrt hvítvín
salt og pipar
10 ml / 2 tsk maísmjöl (maissterkja)
15 ml / 1 matskeið af vatni

Leggið sveppina í bleyti í volgu vatni í 30 mínútur og tæmdu síðan. Fjarlægðu stilkana og skerðu hetturnar í sneiðar. Hitið olíuna og steikið svínakjötið þar til það er léttbrúnað. Bætið grænmetinu, hvítlauknum og engiferinu út í og hrærið í 1 mínútu. Bætið við hunangi, sojasósu og víni, látið suðuna koma upp, setjið lok á og látið malla í 40 mínútur þar til kjötið er eldað. Kryddið með salti og pipar. Blandið saman maísmjöli og vatni og hrærið í pönnuna. Látið suðuna koma upp, hrærið stöðugt í og látið malla í 1 mínútu.

Svínakjöt með hvítkáli og tómötum

Fyrir 4 manns

30 ml / 2 matskeiðar hnetuolía

450 g / 1 lb magurt svínakjöt, skorið í flögur

salt og nýmalaður pipar

1 hvítlauksgeiri, pressaður

1 laukur, smátt saxaður

½ höfuðkál, rifið niður

450 g tómatar, skrældir og skornir í fernt

250 ml / 8 fl oz / 1 bolli seyði

30 ml / 2 matskeiðar maísmjöl (maissterkja)

15 ml / 1 matskeið sojasósa

60 ml / 4 matskeiðar af vatni

Hitið olíuna og steikið svínakjötið, saltið, piparinn, hvítlaukinn og laukinn þar til það er léttbrúnað. Bætið kálinu, tómötunum og soðinu út í, látið suðuna koma upp, setjið lok á og látið malla í 10 mínútur þar til kálið er rétt mjúkt. Blandið maísmjölinu, sojasósunni og vatni saman í deig, hrærið á pönnuna og látið malla, hrærið, þar til sósan léttist og þykknar.

Marinerað svínakjöt með káli

Fyrir 4 manns

350 g svínakjöt

2 vorlaukar (skál), saxaðir

1 sneið engiferrót, saxuð

1 kanilstöng

3 stjörnu anís negull

45 ml / 3 matskeiðar púðursykur

600 ml / 1 pkt / 2½ bollar vatn

15 ml / 1 matskeið hnetuolía

15 ml / 1 matskeið sojasósa

5 ml / 1 tsk tómatmauk (þykkni)

5 ml / 1 tsk ostrusósa

100 g / 4 oz bok choy hjörtu

100 g / 4 oz pak choi

Skerið svínakjötið í 10cm/4cm bita og setjið í skál. Bætið vorlauk, engifer, kanil, stjörnuanís, sykri og vatni út í og látið standa í 40 mínútur. Hitið olíuna, takið svínakjötið úr marineringunni og bætið því á pönnuna. Steikið þar til það er orðið ljósbrúnt, bætið svo sojasósunni, tómatpúrru og ostrusósu út í. Látið suðuna koma upp og látið malla í um 30 mínútur þar til svínakjötið er meyrt og vökvinn hefur minnkað, bætið aðeins meira vatni við á meðan á eldun stendur ef þarf.

Á meðan skaltu gufa kálhjörtun og pak choi yfir sjóðandi vatni í um það bil 10 mínútur þar til þau eru mjúk. Setjið þær á heitt disk, toppið með svínakjöti og setjið sósuna ofan á.

Svínakjöt í sellerí

Fyrir 4 manns

45 ml / 3 matskeiðar hnetuolía

1 hvítlauksgeiri, pressaður

1 vorlaukur (laukur), saxaður

1 sneið engiferrót, saxuð

225 g magurt svínakjöt, skorið í strimla

100 g sellerí, skorið í þunnar sneiðar

45 ml / 3 matskeiðar sojasósa

15 ml / 1 matskeið hrísgrjónavín eða þurrt sherry

5 ml / 1 tsk maísmjöl (maissterkja)

Hitið olíuna og steikið hvítlaukinn, vorlaukinn og engiferið þar til það er léttbrúnað. Bætið svínakjöti út í og hrærið í í 10 mínútur þar til það er brúnt. Bætið selleríinu út í og steikið í 3 mínútur. Bætið öðru hráefninu út í og hrærið í 3 mínútur.

Svínakjöt með kastaníuhnetum og sveppum

Fyrir 4 manns

4 þurrkaðir kínverskir sveppir
100 g / 4 oz / 1 bolli kastaníuhnetur
30 ml / 2 matskeiðar hnetuolía
2,5 ml / ½ teskeið salt
450 g / 1 lb magurt svínakjöt, í teningum
15 ml / 1 matskeið sojasósa
375 ml kjúklingakraftur
100 g vatnskastaníur, skornar í sneiðar

Leggið sveppina í bleyti í volgu vatni í 30 mínútur og tæmdu síðan. Fjarlægðu stilkana og helmingaðu tappana. Blasaðu kastaníuna í sjóðandi vatni í 1 mínútu og skolaðu síðan af. Hitið olíuna og saltið, steikið síðan svínakjötið þar til það er léttbrúnað. Bætið sojasósunni út í og hrærið í 1 mínútu. Bætið soðinu út í og látið suðuna koma upp. Bætið við kastaníuhnetunum og vatnskastanunum, náið suðunni aftur, lokið á og látið malla í um 1½ klukkustund þar til kjötið er meyrt.

Svínakjöt Suey

Fyrir 4 manns

100 g / 4 oz bambussprotar, skornir í strimla
100 g vatnskastaníur, skornar í þunnar sneiðar
60 ml / 4 matskeiðar hnetuolía
3 vorlaukar (skál), saxaðir
2 hvítlauksgeirar, muldir
1 sneið engiferrót, saxuð
225 g magurt svínakjöt, skorið í strimla
45 ml / 3 matskeiðar sojasósa
15 ml / 1 matskeið hrísgrjónavín eða þurrt sherry
5 ml / 1 tsk salt
5 ml / 1 tsk sykur
nýmalaður pipar
15 ml / 1 matskeið maísmjöl (maissterkja)

Þurrkaðu bambussprotana og kastaníuna í sjóðandi vatni í 2 mínútur, skolaðu síðan af og þurrkaðu. Hitið 45ml / 3 msk olíu og steikið vorlaukinn, hvítlaukinn og engiferið þar til hann er ljósbrúnn. Bætið svínakjöti út í og hrærið í 4 mínútur. Takið af pönnunni.

Hitið olíuna sem eftir er og steikið grænmetið í 3 mínútur. Bætið svínakjöti, sojasósu, víni eða sherry, salti, sykri og smá pipar út í og hrærið í 4 mínútur. Blandið maísmjölinu saman við smá vatn, hrærið á pönnuna og látið malla, hrærið, þar til sósan léttir og þykknar.

Svínakjöt Chow Mein

Fyrir 4 manns

4 þurrkaðir kínverskir sveppir
30 ml / 2 matskeiðar hnetuolía
2,5 ml / ½ teskeið salt
4 vorlaukar (skál), saxaðir
225 g magurt svínakjöt, skorið í strimla
15 ml / 1 matskeið sojasósa
5 ml / 1 tsk sykur
3 sellerístangir, saxaðir
1 laukur, skorinn í báta
100 g sveppir, skornir í tvennt
120 ml / 4 fl oz / ½ bolli kjúklingasoð
steikt spaghetti

Leggið sveppina í bleyti í volgu vatni í 30 mínútur og tæmdu síðan. Fjarlægðu stilkana og skerðu hetturnar í sneiðar. Hitið olíu og salt og steikið vorlaukinn þar til hann mýkist. Bætið svínakjötinu út í og steikið þar til það er léttbrúnað. Blandið saman sojasósu, sykri, sellerí, lauk og bæði ferskum og þurrkuðum sveppum og hrærið í um 4 mínútur þar til hráefnin hafa blandast vel saman. Bætið soðinu út í og látið malla í 3 mínútur. Bætið helmingnum af núðlunum á pönnuna og hrærið varlega, bætið svo hinum núðlunum út í og hrærið þar til þær eru orðnar í gegn.

Steikt svínakjöt Chow Mein

Fyrir 4 manns

100 g af sojaspírum

45 ml / 3 matskeiðar hnetuolía

100 g kínakál, saxað

225 g svínasteikt, skorið í sneiðar

5 ml / 1 tsk salt

15 ml / 1 matskeið hrísgrjónavín eða þurrt sherry

Blasaðu baunaspírurnar í sjóðandi vatni í 4 mínútur og tæmdu síðan. Hitið olíuna og hrærið baunaspírurnar og kálið þar til það er mjúkt. Bætið svínakjöti, salti og sherry út í og hrærið þar til það er hitað í gegn. Bætið helmingnum af tæmdu núðlunum á pönnuna og hrærið varlega þar til þær eru orðnar í gegn. Bætið hinum núðlunum út í og hrærið þar til þær eru orðnar í gegn.

Svínakjöt með Chutney

Fyrir 4 manns

5 ml / 1 tsk fimm krydd duft

5 ml / 1 tsk karrýduft

450g/1lb svínakjöt, skorið í strimla

30 ml / 2 matskeiðar hnetuolía

6 vorlaukar (skál), skornir í strimla

1 sellerístilkur, skorinn í strimla

100 g af sojaspírum

1 krukka 200g / 7oz sætar kínverskar súrar súrar gúrkur, skornar í teninga

45 ml / 3 matskeiðar mangó chutney

30 ml / 2 matskeiðar sojasósa

30 ml / 2 matskeiðar tómatmauk (mauk)

150ml / ¼ pt / rausnarlegt ½ bolli kjúklingasoð

10 ml / 2 tsk maísmjöl (maissterkja)

Nuddaðu kryddinu vel inn í svínakjötið. Hitið olíuna og steikið kjötið á pönnu í 8 mínútur eða þar til það er eldað. Takið af pönnunni. Bætið grænmetinu á pönnuna og hrærið í 5 mínútur. Settu svínakjötið aftur á pönnu með öllu sem eftir er nema maísmjöl. Hrærið þar til það er hitað í gegn. Blandið maíssterkjunni saman við smá vatn, hrærið því á pönnuna og látið malla, hrærið, þar til sósan hefur þykknað.

Svínakjöt með agúrku

Fyrir 4 manns

225 g magurt svínakjöt, skorið í strimla
30 ml / 2 matskeiðar venjulegt hveiti (allur tilgangur)
salt og nýmalaður pipar
60 ml / 4 matskeiðar hnetuolía
225 g agúrka, afhýdd og skorin í sneiðar
30 ml / 2 matskeiðar sojasósa

Setjið svínakjötið í hveitið og kryddið með salti og pipar. Hitið olíuna og pönnsteikið svínakjötið í um 5 mínútur þar til það er eldað. Bætið gúrkunni og sojasósunni út í og hrærið í 4 mínútur í viðbót. Athugaðu og stilltu kryddið og berið fram með steiktum hrísgrjónum.

Stökkir svínakjötspakkar

Fyrir 4 manns

4 þurrkaðir kínverskir sveppir
30 ml / 2 matskeiðar hnetuolía
225 g svínalund, hakkað (malað)
50 g skrældar rækjur, saxaðar
15 ml / 1 matskeið sojasósa
15 ml / 1 matskeið maísmjöl (maissterkja)
30 ml / 2 matskeiðar af vatni
8 x vorrúlluumbúðir
100 g / 4 oz / 1 bolli maísmjöl (maissterkja)
steikja olíu

Leggið sveppina í bleyti í volgu vatni í 30 mínútur og tæmdu síðan. Fjarlægðu stilkana og saxaðu hetturnar smátt. Hitið olíuna og steikið sveppi, svínakjöt, rækjur og sojasósu í 2 mínútur. Blandið maísmjölinu og vatni saman í deig og blandið saman við blönduna til að búa til fyllingu.

Skerið umbúðirnar í strimla, setjið smá fyllingu í lok þeirra og rúllið í þríhyrninga, innsiglið með smá hveiti og vatni. Dustið ríkulega með maísmjöli. Hitið olíuna og steikið þríhyrningana þar til þeir eru stökkir og gullnir. Tæmið vel áður en borið er fram.

Svínaeggjarúllur

Fyrir 4 manns
225 g magurt svínakjöt, rifið niður
1 sneið engiferrót, saxuð
1 vorlaukur saxaður
15 ml / 1 matskeið sojasósa
15 ml / 1 matskeið af vatni
12 x eggjarúllunaglabönd
1 egg, þeytt
steikja olíu

Hrærið svínakjötinu, engiferinu, lauknum, sojasósunni og vatni saman við. Setjið smá fyllingu í miðjuna á hverri húð og penslið brúnirnar með þeyttu eggi. Brjóttu hliðarnar inn og rúllaðu síðan eggjarúllunni frá þér og lokaðu brúnunum með egginu. Látið gufa á grind í gufubaði í 30 mínútur þar til svínakjötið er eldað. Hitið olíuna og steikið í nokkrar mínútur þar til hún er stökk og gullin.

Svínakjöt og rækjurúllur

Fyrir 4 manns

30 ml / 2 matskeiðar hnetuolía

225 g magurt svínakjöt, rifið niður

6 vorlaukar (skál), saxaðir

225 g af baunaspírum

100 g skrældar rækjur, saxaðar

15 ml / 1 matskeið sojasósa

2,5 ml / ½ teskeið salt

12 x eggjarúllunaglabönd

1 egg, þeytt

steikja olíu

Hitið olíuna og steikið svínakjötið og vorlaukinn þar til þau eru ljósbrúnt. Í millitíðinni, blanchið baunaspírurnar í sjóðandi vatni í 2 mínútur og tæmdu þá. Bætið baunaspírunum á pönnuna og hrærið í 1 mínútu. Bætið rækjunum, sojasósunni og salti saman við og hrærið í 2 mínútur. Látið kólna.

Setjið smá fyllingu í miðjuna á hverri húð og penslið brúnirnar með þeyttu eggi. Brjótið hliðarnar inn og rúllið síðan upp eggjarúllunum og þéttið brúnirnar með egginu. Hitið olíuna og steikið eggjarúllurnar þar til þær eru stökkar og gullnar.

Steikt svínakjöt með eggjum

Fyrir 4 manns

450 g / 1 pund magurt svínakjöt
30 ml / 2 matskeiðar hnetuolía
1 laukur, saxaður
90 ml / 6 matskeiðar sojasósa
45 ml / 3 matskeiðar hrísgrjónavín eða þurrt sherry
15 ml / 1 matskeið púðursykur
3 harðsoðin (harðsoðin) egg

Látið suðu koma upp í potti af vatni, bætið svínakjöti út í, náið suðu og sjóðið þar til það er lokað. Takið af pönnunni, skolið vel af og skerið í teninga. Hitið olíuna og steikið laukinn þar til hann mýkist. Bætið svínakjöti út í og hrærið þar til það er orðið léttbrúnað. Hrærið sojasósu, víni eða sherry og sykri út í, setjið lok á og látið malla í 30 mínútur, hrærið af og til. Skerið eggin létt að utan og bætið þeim síðan á pönnuna, lokið á og látið malla í 30 mínútur til viðbótar.

Eldsvín

Fyrir 4 manns

450 g svínaflök, skorið í strimla

30 ml / 2 matskeiðar sojasósa

30 ml / 2 matskeiðar hoisin sósa

5 ml / 1 tsk fimm krydd duft

15 ml / 1 matskeið pipar

15 ml / 1 matskeið púðursykur

15 ml / 1 matskeið sesamolía

30 ml / 2 matskeiðar hnetuolía

6 vorlaukar (skál), saxaðir

1 græn paprika, skorin í bita

200 g af sojaspírum

2 sneiðar ananas, sneiðar

45 ml / 3 matskeiðar tómatsósa (catsup)

150ml / ¼ pt / rausnarlegt ½ bolli kjúklingasoð

Setjið kjötið í skál. Blandið saman sojasósu, hoisin sósu, fimm kryddufti, pipar og sykri, hellið yfir kjötið og látið marinerast í 1 klst. Hitið olíurnar og pönnsteikið kjötið þar til það er brúnt. Takið af pönnunni. Bætið grænmetinu út í og steikið í 2 mínútur. Bætið við ananas, tómatsósu og seyði og látið suðuna koma upp. Setjið kjötið aftur á pönnuna og hitið aftur áður en það er borið fram.

Steikt svínalundir

Fyrir 4 manns

350 g svínaflök, skorið í bita

15 ml / 1 matskeið hrísgrjónavín eða þurrt sherry

15 ml / 1 matskeið sojasósa

5 ml / 1 tsk sesamolía

30 ml / 2 matskeiðar maísmjöl (maissterkja)

steikja olíu

Blandið saman svínakjöti, víni eða sherry, sojasósu, sesamolíu og maísmjöli þannig að svínakjötið verði húðað með þykku deigi. Hitið olíuna og steikið svínakjötið í um 3 mínútur þar til það er stökkt. Takið svínakjötið af pönnunni, hitið olíuna og steikið aftur í um 3 mínútur.

Fimm krydd svínakjöt

Fyrir 4 manns

225 g magurt svínakjöt

5 ml / 1 tsk maísmjöl (maissterkja)

2,5 ml / ½ teskeið fimm kryddduft

2,5 ml / ½ teskeið salt

15 ml / 1 matskeið hrísgrjónavín eða þurrt sherry

20 ml / 2 matskeiðar hnetuolía

120 ml / 4 fl oz / ½ bolli kjúklingasoð

Skerið svínakjötið þunnt á móti korninu. Blandið svínakjötinu saman við maísmjölið, fimm kryddduftið, salti og víni eða sherry og blandið vel saman til að hjúpa svínakjötið. Látið hvíla í 30 mínútur, hrærið af og til. Hitið olíuna, bætið svínakjöti út í og hrærið í um 3 mínútur. Bætið soðinu út í, látið suðuna koma upp, lokið á og látið malla í 3 mínútur. Berið fram strax.

Steikt ilmandi svínakjöt

Fyrir 6-8 manns

1 stykki af mandarínuhýði
45 ml / 3 matskeiðar hnetuolía
900 g / 2 lb magurt svínakjöt, í teningum
250 ml / 1 bolli hrísgrjónavín eða þurrt sherry
120 ml / 4 fl oz / ½ bolli sojasósa
2,5 ml / ½ tsk anísduft
½ kanilstöng
4 negull
5 ml / 1 tsk salt
250 ml / 8 fl oz / 1 bolli vatn
2 vorlaukar (laukar), skornir í sneiðar
1 sneið engiferrót, saxuð

Leggið mandarínubörkinn í bleyti í vatni á meðan þið útbúið réttinn. Hitið olíuna og steikið svínakjötið þar til það er léttbrúnað. Bætið við víninu eða sherríinu, sojasósu, anísdufti, kanil, negul, salti og vatni. Látið suðuna koma upp, bætið mandarínuberki, vorlauk og engifer saman við. Lokið og látið malla í um 1 1/2 klukkustund þar til það er mjúkt, hrærið af og til og bætið við aðeins meira sjóðandi vatni ef þarf. Fjarlægðu kryddið áður en það er borið fram.

Svínakjöt með söxuðum hvítlauk

Fyrir 4 manns

450 g / 1 lb svínakjöt, roðlaus

3 sneiðar af engiferrót

2 vorlaukar (skál), saxaðir

30 ml / 2 matskeiðar saxaður hvítlaukur

30 ml / 2 matskeiðar sojasósa

5 ml / 1 tsk salt

15 ml / 1 msk kjúklingasoð

2,5 ml / ½ tsk chilliolía

4 greinar af kóríander

Setjið svínakjötið á pönnu með engiferinu og vorlauknum, hellið vatni yfir, látið suðuna koma upp og látið malla í 30 mínútur þar til það er fulleldað. Fjarlægðu og tæmdu vel og skerðu síðan í þunnar sneiðar um það bil 5 cm / 2 ferninga. Raðið sneiðunum í málmsíi. Látið suðuna koma upp í potti með vatni, bætið svínakjötssneiðunum út í og eldið í 3 mínútur þar til þær eru orðnar í gegn. Raðið á heitan framreiðsludisk. Blandið hvítlauknum, sojasósunni, salti, seyði og chiliolíu saman og hellið yfir svínakjötið. Berið fram skreytt með kóríander.

Hrært svínakjöt með engifer

Fyrir 4 manns

225 g magurt svínakjöt
5 ml / 1 tsk maísmjöl (maissterkja)
30 ml / 2 matskeiðar sojasósa
30 ml / 2 matskeiðar hnetuolía
1 sneið engiferrót, saxuð
1 vorlaukur (laukur), skorinn í sneiðar
45 ml / 3 matskeiðar af vatni
5 ml / 1 tsk púðursykur

Skerið svínakjötið þunnt á móti korninu. Hrærið maísmjölinu saman við, stráið svo sojasósu yfir og blandið aftur. Hitið olíuna og steikið svínakjötið á pönnu í 2 mínútur þar til það er vel lokað. Bætið engiferinu og vorlauknum út í og steikið í 1 mínútu. Bætið vatni og sykri út í, setjið lok á og látið malla í um 5 mínútur þar til það er eldað í gegn.

Svínakjöt með grænum baunum

Fyrir 4 manns

450 g / 1 lb grænar baunir, skornar í bita

30 ml / 2 matskeiðar hnetuolía

2,5 ml / ½ teskeið salt

1 sneið engiferrót, saxuð

225 g magurt svínakjöt, saxað (malað)

120 ml / 4 fl oz / ½ bolli kjúklingasoð

75 ml / 5 matskeiðar af vatni

2 egg

15 ml / 1 matskeið maísmjöl (maissterkja)

Blasaðu baunirnar í um það bil 2 mínútur og skolaðu síðan af. Hitið olíuna og hrærið saltið og engiferið í nokkrar sekúndur. Bætið svínakjöti út í og hrærið þar til það er orðið léttbrúnað. Bætið baununum út í og hrærið í 30 sekúndur, húðuð með olíu. Hrærið soðið út í, látið suðuna koma upp, lokið á og látið malla í 2 mínútur. Þeytið 30ml/2 matskeiðar af vatni með eggjunum og hrærið í pönnuna. Blandið vatninu sem eftir er saman við maíssterkjuna. Þegar eggin byrja að stífna, hrærið maísmjölinu út í og eldið þar til blandan þykknar. Berið fram strax.

Svínakjöt með skinku og tofu

Fyrir 4 manns

4 þurrkaðir kínverskir sveppir
5 ml / 1 tsk hnetuolía
100 g reykt skinka, í sneiðar
225 g sneið tofu
225 g magurt svínakjöt, skorið í sneiðar
15 ml / 1 matskeið hrísgrjónavín eða þurrt sherry
salt og nýmalaður pipar
1 sneið engiferrót, saxuð
1 vorlaukur (laukur), saxaður
10 ml / 2 tsk maísmjöl (maissterkja)
30 ml / 2 matskeiðar af vatni

Leggið sveppina í bleyti í volgu vatni í 30 mínútur og tæmdu síðan. Fjarlægðu stilkana og helmingaðu tappana. Nuddaðu hitaþolna skál með hnetuolíu. Raðið sveppunum, skinkunni, tófúinu og svínakjöti í lögum á diskinn, með svínakjötinu ofan á. Stráið víni eða sherry yfir, salti og pipar, engifer og vorlauk. Lokið og látið gufa á grind yfir sjóðandi vatni í um 45 mínútur þar til það er eldað í gegn. Hellið sósunni úr skálinni án þess að trufla hráefnin. Bætið við nægu vatni til að búa til 250 ml / 8 fl oz / 1 bolla. Blandið maíssterkju og vatni saman við og bætið því út í sósuna. Setjið yfir í skál og látið malla, hrærið, þar til sósan léttist og þykknar. Hellið svínakjötsblöndunni á heitt framreiðsludisk, hellið sósunni yfir og berið fram.

Steikt svínaspjót

Fyrir 4 manns

450 g svínaflök, þunnar sneiðar

100 g af soðnu skinku, skorið í þunnar sneiðar

6 vatnskastaníur, skornar í þunnar sneiðar

30 ml / 2 matskeiðar sojasósa

30 ml / 2 matskeiðar vínedik

15 ml / 1 matskeið púðursykur

15 ml / 1 msk ostrusósa

nokkra dropa af chillíolíu

45 ml / 3 matskeiðar maísmjöl (maissterkja)

30 ml / 2 matskeiðar hrísgrjónavín eða þurrt sherry

2 þeytt egg

steikja olíu

Þræðið svínakjötið, skinkuna og vatnskastaníuna til skiptis á teinin. Blandið saman sojasósu, vínediki, sykri, ostrusósu og chilíolíu. Hellið yfir teinana, hyljið og látið marinerast í kæliskáp í 3 klst. Blandið saman maísmjöli, víni eða sherry og eggjum þar til þú hefur slétt og þykkt deig. Snúðu teini í deiginu til að hjúpa. Hitið olíuna og steikið teinarnir þar til þeir eru gullinbrúnir.

Steiktur svínaskankur í rauðri sósu

Fyrir 4 manns

1 stór svínaskankur

1 l / 1½ pt / 4¼ bollar sjóðandi vatn

5 ml / 1 tsk salt

120 ml / 4 fl oz / ½ bolli vínedik

120 ml / 4 fl oz / ½ bolli sojasósa

45 ml / 3 matskeiðar hunang

5 ml / 1 tsk einiber

5 ml / 1 tsk anísfræ

5 ml / 1 tsk kóríander

60 ml / 4 matskeiðar hnetuolía

6 vorlaukar (laukar), skornir í sneiðar

2 gulrætur, skornar í þunnar sneiðar

1 sellerístafur, skorinn í sneiðar

45 ml / 3 matskeiðar hoisin sósa

30 ml / 2 matskeiðar mangó chutney

75 ml / 5 matskeiðar tómatmauk (mauk)

1 hvítlauksgeiri, pressaður

60 ml / 4 matskeiðar saxaður graslaukur

Látið suðuna koma upp á svínaskankinn með vatni, salti, vínediki, 45 ml / 3 msk af sojasósu, hunangi og kryddi. Bætið grænmetinu út í, látið suðuna koma upp aftur, setjið lok á og látið malla í um 1½ klukkustund þar til kjötið er meyrt. Takið kjötið og grænmetið af pönnunni, skerið kjötið af beinum og skerið það í teninga. Hitið olíuna og steikið kjötið þar til það er gullbrúnt. Bætið grænmetinu út í og hrærið í í 5 mínútur. Bætið restinni af sojasósunni, hoisinsósunni, chutney, tómatpúrru og hvítlauk út í. Látið suðuna koma upp, hrærið og látið malla í 3 mínútur. Berið fram graslauk stráð yfir.

Marinert svínakjöt

Fyrir 4 manns

450 g / 1 pund magurt svínakjöt
1 sneið engiferrót, saxuð
1 hvítlauksgeiri, pressaður
90 ml / 6 matskeiðar sojasósa
15 ml / 1 matskeið hrísgrjónavín eða þurrt sherry
45 ml / 3 matskeiðar hnetuolía
1 vorlaukur (laukur), skorinn í sneiðar
15 ml / 1 matskeið púðursykur
nýmalaður pipar

Blandið svínakjötinu saman við engifer, hvítlauk, 30ml/2 matskeiðar sojasósu og víni eða sherry. Látið hvíla í 30 mínútur, hrærið af og til og lyftið kjötinu upp úr marineringunni. Hitið olíuna og steikið svínakjötið þar til það er léttbrúnað. Bætið vorlauknum, sykri, afganginum af sojasósunni og smá pipar út í, setjið lok á og látið malla í um 45 mínútur þar til svínakjötið er eldað. Skerið svínakjötið í teninga og berið fram.

Marineraðar svínakótilettur

Fyrir 6 manns

6 svínakótilettur

1 sneið engiferrót, saxuð

1 hvítlauksgeiri, pressaður

90 ml / 6 matskeiðar sojasósa

30 ml / 2 matskeiðar hrísgrjónavín eða þurrt sherry

45 ml / 3 matskeiðar hnetuolía

2 vorlaukar (skál), saxaðir

15 ml / 1 matskeið púðursykur

nýmalaður pipar

Skerið beinið af svínakótilettunum og skerið kjötið í teninga. Blandið saman engiferinu, hvítlauknum, 30ml/2msk sojasósu og víninu eða sherríinu, hellið yfir svínakjötið og látið marinerast í 30 mínútur, hrærið af og til. Takið kjötið úr marineringunni. Hitið olíuna og steikið svínakjötið þar til það er léttbrúnað. Bætið vorlauknum út í og hrærið í 1 mínútu. Blandið afganginum af sojasósunni saman við sykur og smá pipar. Hrærið sósunni saman við, látið suðuna koma upp, setjið lok á og látið malla í um 30 mínútur þar til svínakjötið er meyrt.

Svínakjöt með sveppum

Fyrir 4 manns

25 g / 1 oz þurrkaðir kínverskir sveppir
30 ml / 2 matskeiðar hnetuolía
1 hvítlauksgeiri, saxaður
225 g magurt svínakjöt, skorið í flögur
4 vorlaukar (skál), saxaðir
15 ml / 1 matskeið sojasósa
15 ml / 1 matskeið hrísgrjónavín eða þurrt sherry
5 ml / 1 tsk sesamolía

Leggið sveppina í bleyti í volgu vatni í 30 mínútur og tæmdu síðan. Fargið stilkunum og skerið hetturnar í sneiðar. Hitið olíuna og steikið hvítlaukinn þar til hann er ljósbrúnn. Bætið svínakjöti út í og hrærið þar til það er brúnt. Blandið vorlauk, sveppum, sojasósu og víni eða sherry saman og hrærið í 3 mínútur. Hrærið sesamolíu út í og berið fram strax.

Gufusoðin kjötkaka

Fyrir 4 manns

450g/1lb hakkað svínakjöt (malað)
4 vatnskastaníur, smátt saxaðar
225 g sveppir, smátt saxaðir
5 ml / 1 tsk sojasósa
salt og nýmalaður pipar
1 egg, létt þeytt

Blandið öllu hráefninu vel saman og mótið flata köku á bökunarplötu. Setjið fatið á grind í gufugufu, lokið og látið gufa í 1 1/2 klst.

Soðið svínakjöt með sveppum

Fyrir 4 manns

450 g / 1 lb magurt svínakjöt, í teningum

250 ml / 8 fl oz / 1 bolli vatn

15 ml / 1 matskeið sojasósa

15 ml / 1 matskeið hrísgrjónavín eða þurrt sherry

5 ml / 1 tsk sykur

5 ml / 1 tsk salt

225 g af kampavínssveppum

Setjið svínakjötið og vatnið á pönnu og látið suðuna koma upp. Lokið og látið malla í 30 mínútur og hellið síðan af og geymið soðið. Setjið svínakjötið aftur á pönnuna og bætið sojasósunni út í. Látið malla, hrærið, þar til sojasósan hefur frásogast. Hrærið víninu eða sherríinu, sykri og salti saman við. Hellið soðinu út í, látið suðuna koma upp, lokið á og látið malla í um 30 mínútur, snúið kjötinu öðru hverju. Bætið sveppunum út í og látið malla í 20 mínútur í viðbót.

Svínakjöt með núðlupönnuköku

Fyrir 4 manns

30 ml / 2 matskeiðar hnetuolía

5 ml / 2 tsk salt

225 g magurt svínakjöt, skorið í strimla

225 g bok choy, saxað

100 g / 4 oz bambussprotar, saxaðir

100 g sveppir, skornir í þunnar sneiðar

150ml / ¼ pt / rausnarlegt ½ bolli kjúklingasoð

10 ml / 2 tsk maísmjöl (maissterkja)

15 ml / 1 matskeið hrísgrjónavín eða þurrt sherry

15 ml / 1 matskeið af vatni

núðlu pönnukaka

Hitið olíuna og steikið saltið og svínakjötið þar til það hefur litað létt. Bætið káli, bambussprotum og sveppum út í og hrærið í 1 mínútu. Bætið soðinu út í, látið suðuna koma upp, lokið á og látið malla í 4 mínútur þar til svínakjötið er eldað. Blandið maísmjölinu saman við vínið eða sherryið og vatnið, hrærið á pönnunni og látið malla, hrærið, þar til sósan léttist og þykknar. Hellið yfir deigpönnukökuna til að bera fram.

Svínakjöt og rækjur með núðlupönnuköku

Fyrir 4 manns

30 ml / 2 matskeiðar hnetuolía

5 ml / 1 tsk salt

4 vorlaukar (skál), saxaðir

1 hvítlauksgeiri, pressaður

225 g magurt svínakjöt, skorið í strimla

100 g sveppir, skornir í sneiðar

4 sellerístangir, skornir í sneiðar

225 g af skrældar rækjur

30 ml / 2 matskeiðar sojasósa

10 ml / 1 tsk maísmjöl (maissterkja)

45 ml / 3 matskeiðar af vatni

núðlu pönnukaka

Hitið olíu og salt og steikið vorlaukinn og hvítlaukinn þar til hann er mjúkur. Bætið svínakjöti út í og hrærið þar til það er orðið léttbrúnað. Bætið sveppunum og selleríinu út í og hrærið í 2 mínútur. Bætið rækjunum út í, stráið sojasósu yfir og hrærið þar til þær eru orðnar í gegn. Blandið maísmjölinu og vatni saman í deig, hrærið í pönnuna og látið malla, hrærið, þar til það er heitt. Hellið yfir deigpönnukökuna til að bera fram.

Svínakjöt með ostrusósu

Fyrir 4-6 manns

450 g / 1 pund magurt svínakjöt

15 ml / 1 matskeið maísmjöl (maissterkja)

10 ml / 2 tsk hrísgrjónavín eða þurrt sherry

Klípa af sykri

45 ml / 3 matskeiðar hnetuolía

10 ml / 2 teskeiðar af vatni

30 ml / 2 matskeiðar ostrusósa

nýmalaður pipar

1 sneið engiferrót, saxuð

60 ml / 4 matskeiðar kjúklingasoð

Skerið svínakjötið þunnt á móti korninu. Blandið 5ml/1 tsk maísmjöli saman við vínið eða sherryið, sykri og 5ml/1 tsk olíu, bætið við svínakjötið og blandið vel saman til að hjúpa. Blandið því sem eftir er af maísmjölinu saman við vatnið, ostrusósu og smá pipar. Hitið olíuna sem eftir er og steikið engiferinn í 1 mínútu. Bætið svínakjöti út í og hrærið þar til það er orðið léttbrúnað. Bætið soðinu og vatninu og ostrusósublöndunni út í, hitið að suðu, lokið á og látið malla í 3 mínútur.

Svínakjöt með hnetum

Fyrir 4 manns

450 g / 1 lb magurt svínakjöt, í teningum

15 ml / 1 matskeið maísmjöl (maissterkja)

5 ml / 1 tsk salt

1 eggjahvíta

3 vorlaukar (skál), saxaðir

1 hvítlauksgeiri, saxaður

1 sneið engiferrót, saxuð

45 ml / 3 matskeiðar kjúklingasoð

15 ml / 1 matskeið hrísgrjónavín eða þurrt sherry

15 ml / 1 matskeið sojasósa

10 ml / 2 tsk blackstrap melass

45 ml / 3 matskeiðar hnetuolía

½ agúrka, skorin í teninga

25 g / 1 oz / ¼ bolli skurnar jarðhnetur

5 ml / 1 tsk chilli olía

Hrærið svínakjötinu með helmingnum af maísmjölinu, salti og eggjahvítu og hrærið vel til að hjúpa svínakjötið. Blandið því sem eftir er af maísmjölinu saman við vorlauk, hvítlauk, engifer, seyði, vín eða sherry, sojasósu og melassa. Hitið olíuna og steikið svínakjötið á pönnu þar til það er léttbrúnað, takið síðan af pönnunni. Bætið gúrkunni á pönnuna og hrærið í nokkrar mínútur. Setjið svínakjötið aftur á pönnuna og hrærið létt. Hrærið kryddblöndunni saman við, látið suðuna koma upp og látið malla, hrærið, þar til sósan léttist og þykknar. Blandið hnetunum og chillíolíu saman og hitið aftur áður en það er borið fram.

Svínakjöt með papriku

Fyrir 4 manns

45 ml / 3 matskeiðar hnetuolía
225 g magurt svínakjöt, skorið í teninga
1 laukur, skorinn í bita
2 grænar paprikur, skornar í teninga
½ höfuð af kínverskum laufum, skorið í teninga
1 sneið engiferrót, saxuð
15 ml / 1 matskeið sojasósa
15 ml / 1 matskeið sykur
2,5 ml / ½ teskeið salt

Hitið olíuna og steikið svínakjötið á pönnu í um 4 mínútur þar til það er gullbrúnt. Bætið lauknum út í og steikið í um 1 mínútu. Bætið paprikunni út í og hrærið í 1 mínútu. Bætið kínversku laufunum út í og hrærið í 1 mínútu. Blandið því sem eftir er af hráefnunum saman, hrærið því á pönnuna og hrærið í 2 mínútur í viðbót.

Kryddað svínakjöt með súrum gúrkum

Fyrir 4 manns

900 g af grísarifjum

30 ml / 2 matskeiðar maísmjöl (maissterkja)

45 ml / 3 matskeiðar sojasósa

30 ml / 2 matskeiðar sætt sherry

5 ml / 1 tsk rifin engiferrót

2,5 ml / ½ teskeið fimm kryddduft

klípa af nýmöluðum pipar

steikja olíu

60 ml / 4 matskeiðar kjúklingasoð

Kínverskt súrsuðu grænmeti

Skerið kóteleturnar, fargið allri fitunni og beinum. Blandið saman maísmjöli, 30ml/2msk sojasósu, sherry, engifer, fimm kryddduftti og pipar. Hellið yfir svínakjötið og blandið til að hjúpa það alveg. Lokið og látið marinerast í 2 klukkustundir, hrærið af og til. Hitið olíuna og steikið svínakjötið þar til það er gullbrúnt og í gegn. Tæmið á ísogandi pappír. Skerið svínakjötið í þykkar sneiðar, setjið yfir á heitt framreiðsludisk og haldið heitu. Blandið soðinu og afganginum af sojasósu saman í pott. Látið suðuna koma upp og hellið yfir svínasneiðarnar. Berið fram skreytt með blönduðum súrum gúrkum.

Svínakjöt með plómusósu

Fyrir 4 manns

450 g soðið svínakjöt, skorið í teninga

2 hvítlauksgeirar, muldir

salt

60 ml / 4 matskeiðar tómatsósa (catsup)

30 ml / 2 matskeiðar sojasósa

45 ml / 3 matskeiðar plómusósa

5 ml / 1 tsk karrýduft

5 ml / 1 tsk paprika

2,5 ml / ½ tsk nýmalaður pipar

45 ml / 3 matskeiðar hnetuolía

6 vorlaukar (skál), skornir í strimla

4 gulrætur, skornar í strimla

Marinerið kjötið með hvítlauk, salti, tómatsósu, sojasósu, plómusósu, karrýdufti, papriku og pipar í 30 mínútur. Hitið olíuna og steikið kjötið þar til það er léttbrúnað. Takið úr wokinu. Bætið grænmetinu út í olíuna og steikið þar til það er meyrt. Setjið kjötið aftur á pönnuna og hitið varlega aftur áður en það er borið fram.

Svínakjöt með rækjum

Fyrir 6-8 manns

900 g / 2 lb magurt svínakjöt

30 ml / 2 matskeiðar hnetuolía

1 laukur, sneiddur

1 vorlaukur (laukur), saxaður

2 hvítlauksgeirar, muldir

30 ml / 2 matskeiðar sojasósa

50 g afhýddar rækjur, saxaðar

(Jörðin)

600 ml / 1 pkt / 2½ bollar sjóðandi vatn

15 ml / 1 matskeið sykur

Látið suðu koma upp í potti með vatni, bætið svínakjöti út í, setjið lok á og látið malla í 10 mínútur. Takið af pönnunni og látið renna vel af og skerið þá í teninga. Hitið olíuna og steikið laukinn, vorlaukinn og hvítlaukinn þar til hann er léttgylltur. Bætið svínakjötinu út í og steikið þar til það er léttbrúnað. Bætið sojasósunni og rækjunum út í og hrærið í 1 mínútu. Bætið sjóðandi vatni og sykri út í, setjið lok á og látið malla í um 40 mínútur þar til svínakjötið er meyrt.

Svínakjöt eldað í rauðu

Fyrir 4 manns

675 g magurt svínakjöt í hægeldum
250 ml / 8 fl oz / 1 bolli vatn
1 sneið engiferrót, mulin
60 ml / 4 matskeiðar sojasósa
15 ml / 1 matskeið hrísgrjónavín eða þurrt sherry
5 ml / 1 tsk salt
10 ml / 2 tsk púðursykur

Setjið svínakjötið og vatnið á pönnu og látið suðuna koma upp. Bætið engiferinu, sojasósunni, sherryinu og salti út í, setjið lok á og látið malla í 45 mínútur. Bætið sykrinum við, snúið kjötinu við, setjið lok á og látið malla í 45 mínútur í viðbót þar til svínakjötið er meyrt.

Svínakjöt í rauðri sósu

Fyrir 4 manns

30 ml / 2 matskeiðar hnetuolía

225 g svínakjöt, skorið í strimla

450g/1lb svínakjöt, skorið í strimla

1 laukur, sneiddur

4 vorlaukar (skál), skornir í strimla

2 gulrætur, skornar í strimla

1 sellerístilkur, skorinn í strimla

1 rauð paprika, skorin í strimla

45 ml / 3 matskeiðar sojasósa

45 ml / 3 matskeiðar þurrt hvítvín

300 ml / ½ pt / 1¼ bollar kjúklingakraftur

30 ml / 2 matskeiðar plómusósa

30 ml / 2 matskeiðar vínedik

5 ml / 1 tsk fimm krydd duft

5 ml / 1 tsk púðursykur

15 ml / 1 matskeið maísmjöl (maissterkja)

15 ml / 1 matskeið af vatni

Hitið olíuna og steikið nýrun í 2 mínútur og takið þau svo af pönnunni. Hitið olíuna og steikið svínakjötið þar til það er léttbrúnað. Bætið grænmetinu út í og hrærið í 3 mínútur. Bætið sojasósunni, víni, seyði, plómusósu, vínediki, fimm krydddufti og sykri út í, hitið að suðu, setjið lok á og látið malla í 30 mínútur þar til það er eldað. Bætið nýrunum við. Blandið saman maísmjöli og vatni og hrærið í pönnuna. Látið suðuna koma upp og látið malla, hrærið í, þar til sósan þykknar.

Svínakjöt með hrísgrjónanúðlum

Fyrir 4 manns

4 þurrkaðir kínverskir sveppir

100 g af hrísgrjónanúðlum

225 g magurt svínakjöt, skorið í strimla

15 ml / 1 matskeið maísmjöl (maissterkja)

15 ml / 1 matskeið sojasósa

15 ml / 1 matskeið hrísgrjónavín eða þurrt sherry

45 ml / 3 matskeiðar hnetuolía

2,5 ml / ½ teskeið salt

1 sneið engiferrót, saxuð

2 sellerístangir, saxaðir

120 ml / 4 fl oz / ½ bolli kjúklingasoð

2 vorlaukar (laukar), skornir í sneiðar

Leggið sveppina í bleyti í volgu vatni í 30 mínútur og tæmdu síðan. Fleygðu og stilkunum og sneið hettu. Leggið núðlurnar í bleyti í volgu vatni í 30 mínútur og hellið síðan af og skerið í 5cm/2cm bita. Setjið svínakjötið í skál. Blandið saman maísmjöli, sojasósu og víni eða sherry, hellið yfir svínakjötið og blandið til hjúpsins. Hitið olíuna og steikið saltið og engiferið í nokkrar sekúndur. Bætið svínakjöti út í og hrærið þar til það er orðið léttbrúnað. Bætið sveppunum og selleríinu út í og hrærið í 1 mínútu. Bætið soðinu út í, látið suðuna koma upp, lokið á og látið malla í 2 mínútur. Bætið við og núðlum og hitið í 2 mínútur. Hrærið vorlauknum saman við og berið fram strax.

Ríkar svínakjötbollur

Fyrir 4 manns

450g/1lb hakkað svínakjöt (malað)
100 g af maukað tófú
4 vatnskastaníur, smátt saxaðar
salt og nýmalaður pipar
120 ml / 4 fl oz / ½ bolli hnetuolía
1 sneið engiferrót, saxuð
600 ml / 1 pt / 2½ bollar kjúklingasoð
15 ml / 1 matskeið sojasósa
5 ml / 1 tsk púðursykur
5 ml / 1 tsk hrísgrjónavín eða þurrt sherry

Hrærið svínakjötinu, tofu og kastaníuhnetum saman við og kryddið með salti og pipar. Mótið stórar kúlur. Hitið olíuna og steikið svínakjötbollurnar þar til þær eru gullinbrúnar á öllum hliðum, takið síðan af pönnunni. Tæmdu olíuna nema 15 ml/1 matskeið og bætið engiferinu, seyði, sojasósu, sykri og víni eða sherry út í. Setjið kjötbollurnar aftur á pönnuna, látið suðuna koma upp og látið malla í 20 mínútur þar til þær eru fulleldaðar.

Steiktar svínakótilettur

Fyrir 4 manns

4 svínakótilettur

75 ml / 5 matskeiðar sojasósa

steikja olíu

100 g sellerístangir

3 vorlaukar (skál), saxaðir

1 sneið engiferrót, saxuð

15 ml / 1 matskeið hrísgrjónavín eða þurrt sherry

120 ml / 4 fl oz / ½ bolli kjúklingasoð

salt og nýmalaður pipar

5 ml / 1 tsk sesamolía

Dýfið svínakótilettunum í sojasósuna þar til þær eru vel húðaðar. Hitið olíuna og steikið kóteletturnar þar til þær eru gullinbrúnar. Fjarlægðu og tæmdu vel. Raðið selleríinu á botninn á grunnu ofnformi. Stráið vorlauknum og engiferinu yfir og setjið svínakótilletturnar ofan á. Hellið víninu eða sherríinu og seyði yfir og kryddið með salti og pipar. Stráið sesamolíu yfir. Bakið í forhituðum ofni við 200°C/400°C/gasmark 6 í 15 mínútur.

Kryddað svínakjöt

Fyrir 4 manns

1 agúrka, skorin í teninga

salt

450 g / 1 lb magurt svínakjöt, í teningum

5 ml / 1 tsk salt

45 ml / 3 matskeiðar sojasósa

30 ml / 2 matskeiðar hrísgrjónavín eða þurrt sherry

30 ml / 2 matskeiðar maísmjöl (maissterkja)

15 ml / 1 matskeið púðursykur

60 ml / 4 matskeiðar hnetuolía

1 sneið engiferrót, saxuð

1 hvítlauksgeiri, saxaður

1 rauður chilli, fræhreinsaður og saxaður

60 ml / 4 matskeiðar kjúklingasoð

Stráið salti yfir agúrkuna og látið hana liggja til hliðar. Blandið saman svínakjöti, salti, 15ml/1msk sojasósu, 15ml/1msk víni eða sherry, 15ml/1msk maísmjöli, púðursykri og 15ml/1msk olíu. Látið hvíla í 30 mínútur og lyftið svo kjötinu úr marineringunni. Hitið olíuna sem eftir er og steikið svínakjötið á pönnu þar til það er léttbrúnað. Bætið engifer, hvítlauk og chilli út í og hrærið í 2 mínútur. Bætið gúrkunni út í og hrærið í 2 mínútur. Hrærið seyði og afganginum af sojasósu, víni eða sherry og maísmjöli í marineringuna. Blandið öllu saman á pönnunni og látið suðuna koma upp, hrærið. Látið malla, hrærið, þar til sósan léttist og þykknar og haltu áfram að malla þar til kjötið er eldað.

Hálar svínasneiðar

Fyrir 4 manns

225 g magurt svínakjöt, skorið í sneiðar

2 eggjahvítur

15 ml / 1 matskeið maísmjöl (maissterkja)

45 ml / 3 matskeiðar hnetuolía

50 g / 2 oz bambussprotar, sneiðar

6 vorlaukar (skál), saxaðir

2,5 ml / ½ teskeið salt

15 ml / 1 matskeið hrísgrjónavín eða þurrt sherry

150ml / ¼ pt / rausnarlegt ½ bolli kjúklingasoð

Hrærið svínakjötinu með eggjahvítunum og maísmjölinu þar til það er vel húðað. Hitið olíuna og steikið svínakjötið á pönnu þar til það er léttbrúnað, takið síðan af pönnunni. Bætið bambussprotum og vorlauk út í og steikið í 2 mínútur. Settu svínakjötið aftur á pönnuna með salti, víni eða sherry og kjúklingasoði. Látið suðuna koma upp og látið malla, hrærið í 4 mínútur þar til svínakjötið er eldað.

Svínakjöt með spínati og gulrótum

Fyrir 4 manns

225 g magurt svínakjöt

2 gulrætur, skornar í strimla

225 g af spínati

45 ml / 3 matskeiðar hnetuolía

1 vorlaukur (laukur), smátt saxaður

15 ml / 1 matskeið sojasósa

2,5 ml / ½ teskeið salt

10 ml / 2 tsk maísmjöl (maissterkja)

30 ml / 2 matskeiðar af vatni

Skerið svínakjötið þunnt á móti korninu og skerið síðan í strimla. Blasaðu gulræturnar í um það bil 3 mínútur og tæmdu þær síðan. Skerið spínatblöðin í tvennt. Hitið olíuna og steikið vorlaukinn þar til hann verður gegnsær. Bætið svínakjöti út í og hrærið þar til það er orðið léttbrúnað. Bætið við gulrótum og sojasósu og hrærið í 1 mínútu. Bætið salti og spínati út í og hrærið í um 30 sekúndur þar til það fer að mýkjast. Blandið maísmjölinu og vatni saman í deig, hrærið út í sósuna og hrærið þar til það er orðið ljóst, berið fram strax.

Gufusoðið svínakjöt

Fyrir 4 manns

450 g / 1 lb magurt svínakjöt, í teningum
120 ml / 4 fl oz / ½ bolli sojasósa
120 ml / 4 fl oz / ½ bolli hrísgrjónavín eða þurrt sherry
15 ml / 1 matskeið púðursykur

Blandið öllu hráefninu saman og setjið í hitaþolna skál. Látið gufa á grind yfir sjóðandi vatni í um 1 1/2 klukkustund þar til það er eldað í gegn.

Hrært svínakjöt

Fyrir 4 manns

25 g / 1 oz þurrkaðir kínverskir sveppir
15 ml / 1 matskeið hnetuolía
450 g / 1 lb magurt svínakjöt, sneið
1 græn paprika, skorin í teninga
15 ml / 1 matskeið sojasósa
15 ml / 1 matskeið hrísgrjónavín eða þurrt sherry
5 ml / 1 tsk salt
5 ml / 1 tsk sesamolía

Leggið sveppina í bleyti í volgu vatni í 30 mínútur og tæmdu síðan. Fargið stilkunum og skerið hetturnar í sneiðar. Hitið olíuna og steikið svínakjötið á pönnu þar til það er léttbrúnað. Bætið pipar út í og hrærið í 1 mínútu. Bætið sveppunum, sojasósunni, víni eða sherry og salti út í og hrærið í nokkrar mínútur þar til kjötið er eldað. Hrærið sesamolíu út í áður en hún er borin fram.

Svínakjöt með sætum kartöflum

Fyrir 4 manns

steikja olíu

2 stórar sætar kartöflur, sneiddar

30 ml / 2 matskeiðar hnetuolía

1 sneið engiferrót, skorin í sneiðar

1 laukur, sneiddur

450 g / 1 lb magurt svínakjöt, í teningum

15 ml / 1 matskeið sojasósa

2,5 ml / ½ teskeið salt

nýmalaður pipar

250 ml / 8 fl oz / 1 bolli kjúklingasoð

30 ml / 2 matskeiðar karrýduft

Hitið olíuna og steikið sætu kartöflurnar þar til þær eru gullinbrúnar. Takið af pönnunni og látið renna vel af. Hitið jarðhnetu-(hnetu)olíuna og steikið engiferið og laukinn þar til þau eru ljósbrúnt. Bætið svínakjöti út í og hrærið þar til það er orðið léttbrúnað. Bætið sojasósunni, salti og smá pipar út í, hrærið svo soðinu og karríduftinu út í, látið suðuna koma upp og látið malla, hrærið í 1 mínútu. Bætið steiktu kartöflunum út í, setjið lok á og látið malla í 30 mínútur þar til svínakjötið er eldað.

Súrsæt svínakjöt

Fyrir 4 manns

450 g / 1 lb magurt svínakjöt, í teningum
15 ml / 1 matskeið hrísgrjónavín eða þurrt sherry
15 ml / 1 matskeið hnetuolía
5 ml / 1 tsk karrýduft
1 egg, þeytt
salt
100 g maísmjöl (maissterkja)
steikja olíu
1 hvítlauksgeiri, pressaður
75 g / 3 oz / ½ bolli sykur
50 g tómatsósa (tómatsósa)
5 ml / 1 tsk vínedik
5 ml / 1 tsk sesamolía

Blandið svínakjötinu saman við vínið eða sherryið, olíu, karrýduft, egg og smá salti. Hrærið maísmjölinu saman við þar til svínakjötið er þakið deiginu. Hitið olíuna þar til hún fer að rjúka og bætið síðan svínakjötsteningunum út í nokkrum sinnum. Steikið í um 3 mínútur og hellið síðan af og setjið til hliðar. Hitið olíuna og steikið teningana aftur í um 2 mínútur.

Fjarlægðu og tæmdu. Hitið hvítlauk, sykur, tómatsósu og vínedik og hrærið þar til sykurinn hefur leyst upp. Látið suðuna koma upp og bætið svo svínakjötsteningunum út í og blandið vel saman. Hrærið sesamolíu út í og berið fram.

Saltað svínakjöt

Fyrir 4 manns

30 ml / 2 matskeiðar hnetuolía

450 g / 1 lb magurt svínakjöt, í teningum

3 vorlaukar (skautlaukar), skornir í sneiðar

2 hvítlauksgeirar, muldir

1 sneið engiferrót, saxuð

250 ml / 8 fl oz / 1 bolli sojasósa

30 ml / 2 matskeiðar hrísgrjónavín eða þurrt sherry

30 ml / 2 matskeiðar púðursykur

5 ml / 1 tsk salt

600 ml / 1 pkt / 2½ bollar vatn

Hitið olíuna og steikið svínakjötið þar til það er gullbrúnt. Hellið umfram olíu af, bætið vorlauknum, hvítlauknum og engiferinu út í og steikið í 2 mínútur. Bætið sojasósunni, víni eða sherry, sykri og salti út í og blandið vel saman. Bætið við vatni, látið suðuna koma upp, setjið lok á og látið malla í 1 klst.

Svínakjöt með Tofu

Fyrir 4 manns

450 g / 1 pund magurt svínakjöt

45 ml / 3 matskeiðar hnetuolía

1 laukur, sneiddur

1 hvítlauksgeiri, pressaður

225 g tofu í teningum

375 ml kjúklingakraftur

15 ml / 1 matskeið púðursykur

60 ml / 4 matskeiðar sojasósa

2,5 ml / ½ teskeið salt

Setjið svínakjötið í pott og hyljið með vatni. Látið suðuna koma upp og látið malla í 5 mínútur. Tæmið þá og látið kólna og skerið þá í teninga.

Hitið olíuna og steikið laukinn og hvítlaukinn þar til hann er ljósbrúnn. Bætið svínakjötinu út í og steikið þar til það er léttbrúnað. Bætið tófúinu út í og hrærið varlega þar til það er húðað með olíu. Bætið seyði, sykri, sojasósu og salti út í, hitið að suðu, lok á og látið malla í um 40 mínútur þar til svínakjötið er meyrt.

Mjúkt steikt svínakjöt

Fyrir 4 manns

225 g svínaflök, skorið í teninga

1 eggjahvíta

30 ml / 2 matskeiðar hrísgrjónavín eða þurrt sherry

salt

225 g maísmjöl (maissterkja)

steikja olíu

Blandið svínakjötinu saman við eggjahvítuna, vínið eða sherryið og smá salti. Vinnið smám saman í nægilega mikið maísmjöl til að gera þykkt deig. Hitið olíuna og steikið svínakjötið þar til það er gullbrúnt, stökkt að utan og meyrt að innan.

Tvisvar eldað svínakjöt

Fyrir 4 manns

225 g magurt svínakjöt
45 ml / 3 matskeiðar hnetuolía
2 grænar paprikur, skornar í bita
2 hvítlauksgeirar, saxaðir
2 vorlaukar (laukar), skornir í sneiðar
15 ml / 1 matskeið sterk baunasósa
15 ml / 1 msk kjúklingasoð
5 ml / 1 tsk sykur

Setjið svínakjötið á pönnu, hyljið með vatni, hitið að suðu og látið malla í 20 mínútur þar til það er fulleldað. Fjarlægðu og tæmdu og láttu síðan kólna. Skerið þunnt.

Hitið olíuna og steikið svínakjötið á pönnu þar til það er léttbrúnað. Bætið papriku, hvítlauk og vorlauk út í og steikið í 2 mínútur. Takið af pönnunni. Bætið baunasósunni, seyði og sykri á pönnuna og látið malla, hrærið í, í 2 mínútur. Skilaðu svínakjöti og papriku aftur og hrærðu þar til það er heitt. Berið fram strax.

Svínakjöt með grænmeti

Fyrir 4 manns

2 hvítlauksgeirar, muldir

5 ml / 1 tsk salt

2,5 ml / ½ tsk nýmalaður pipar

30 ml / 2 matskeiðar hnetuolía

30 ml / 2 matskeiðar sojasósa

225 g spergilkál

200 g af blómkálsblómum

1 rauð paprika, skorin í teninga

1 laukur, saxaður

2 appelsínur, afhýddar og skornar í teninga

1 stk stilkur engifer, saxað

30 ml / 2 matskeiðar maísmjöl (maissterkja)

300 ml / ½ pt / 1¼ bollar vatn

20 ml / 2 matskeiðar vínedik

15 ml / 1 matskeið hunang

klípa af möluðu engifer

2,5 ml / ½ tsk kúmen

Maukið hvítlauk, salt og pipar í kjötið. Hitið olíuna og steikið kjötið þar til það er léttbrúnað. Takið af pönnunni. Bætið sojasósunni og grænmetinu á pönnuna og hrærið þar til mjúkt en samt stökkt. Bætið appelsínunum og engiferinu út í. Blandið saman maísmjölinu og vatni og hrærið á pönnuna með vínedikinu, hunanginu, engiferinu og kúmeninu. Látið suðuna koma upp og látið malla, hrærið í, í 2 mínútur. Setjið svínakjötið aftur á pönnuna og hitið aftur áður en það er borið fram.

Svínakjöt með valhnetum

Fyrir 4 manns

50 g / 2 oz / ½ bolli hnetur
225 g magurt svínakjöt, skorið í strimla
30 ml / 2 matskeiðar venjulegt hveiti (allur tilgangur)
30 ml / 2 matskeiðar púðursykur
30 ml / 2 matskeiðar sojasósa
steikja olíu
15 ml / 1 matskeið hnetuolía

Blasaðu valhneturnar í sjóðandi vatni í 2 mínútur og skolaðu síðan af. Blandið svínakjötinu saman við hveiti, sykur og 15 ml/1 msk sojasósu þar til það er slétt. Hitið olíuna og steikið svínakjötið þar til það er stökkt og gullið. Tæmið á ísogandi pappír. Hitið jarðhnetu-(hnetu)olíuna og pönnsteikið hneturnar þar til þær eru gullinbrúnar. Bætið svínakjötinu á pönnuna, stráið afganginum af sojasósunni yfir og hrærið þar til það er hitað í gegn.

Svínabollur

Fyrir 4 manns

450g/1lb hakkað svínakjöt (malað)
1 vorlaukur (laukur), saxaður
225 g blandað grænmeti, saxað
30 ml / 2 matskeiðar sojasósa
5 ml / 1 tsk salt
40 wonton skinn
steikja olíu

Hitið pönnu og steikið svínakjötið og vorlaukinn þar til þau eru ljósbrúnt. Takið af hellunni og hrærið grænmetinu, sojasósunni og salti saman við.

Til að brjóta wontons saman skaltu halda húðinni í lófa vinstri handar og setja smá fyllingu í miðjuna. Vætið brúnirnar með egginu og brjótið skinnið saman í þríhyrning og þéttið brúnirnar. Vætið hornin með egginu og snúið þeim saman.

Hitið olíuna og steikið wontons nokkra í einu þar til þeir eru gullinbrúnir. Tæmið vel áður en borið er fram.

Svínakjöt með vatnskastaníu

Fyrir 4 manns

45 ml / 3 matskeiðar hnetuolía
1 hvítlauksgeiri, pressaður
1 vorlaukur (laukur), saxaður
1 sneið engiferrót, saxuð
225 g magurt svínakjöt, skorið í strimla
100 g vatnskastaníur, skornar í þunnar sneiðar
45 ml / 3 matskeiðar sojasósa
15 ml / 1 matskeið hrísgrjónavín eða þurrt sherry
5 ml / 1 tsk maísmjöl (maissterkja)

Hitið olíuna og steikið hvítlaukinn, vorlaukinn og engiferið þar til það er léttbrúnað. Bætið svínakjöti út í og hrærið í í 10 mínútur þar til það er brúnt. Bætið vatnskastanunum út í og hrærið í 3 mínútur. Bætið öðru hráefninu út í og hrærið í 3 mínútur.

Svínakjöt og rækju wontons

Fyrir 4 manns

225 g / 8 oz hakkað svínakjöt (malað)

2 vorlaukar (skál), saxaðir

100 g blandað grænmeti, saxað

100 g saxaðir sveppir

225 g skrældar rækjur, saxaðar

15 ml / 1 matskeið sojasósa

2,5 ml / ½ teskeið salt

40 wonton skinn

steikja olíu

Hitið pönnu og steikið svínakjötið og vorlaukinn þar til þau eru ljósbrúnt. Setjið önnur innihaldsefni inn í.

Til að brjóta wontons saman skaltu halda húðinni í lófa vinstri handar og setja smá fyllingu í miðjuna. Vætið brúnirnar með egginu og brjótið skinnið saman í þríhyrning og þéttið brúnirnar. Vætið hornin með egginu og snúið þeim saman.

Hitið olíuna og steikið wontons nokkra í einu þar til þeir eru gullinbrúnir. Tæmið vel áður en borið er fram.

Gufusoðnar kjötbollur

Fyrir 4 manns

2 hvítlauksgeirar, muldir

2,5 ml / ½ teskeið salt

450g/1lb hakkað svínakjöt (malað)

1 laukur, saxaður

1 rauð paprika, söxuð

1 græn paprika, saxuð

2 stykki engifer stilkur, saxaður

5 ml / 1 tsk karrýduft

5 ml / 1 tsk paprika

1 egg, þeytt

45 ml / 3 matskeiðar maísmjöl (maissterkja)

50 g stuttkorna hrísgrjón

salt og nýmalaður pipar

60 ml / 4 matskeiðar saxaður graslaukur

Hrærið hvítlauk, salti, svínakjöti, lauk, papriku, engifer, karrýduft og papriku saman við. Vinnið eggið inn í blönduna með maísmjöli og hrísgrjónum. Kryddið með salti og pipar og hrærið síðan graslauknum saman við. Mótið blönduna í litlar kúlur með blautum höndum. Setjið þær í gufukörfu, hyljið og eldið yfir sjóðandi vatni í 20 mínútur þar til þær eru eldaðar í gegn.

Rif með svörtu baunasósu

Fyrir 4 manns

900 g af svínarifum

2 hvítlauksgeirar, muldir

2 vorlaukar (skál), saxaðir

30 ml / 2 matskeiðar svartbaunasósa

30 ml / 2 matskeiðar hrísgrjónavín eða þurrt sherry

15 ml / 1 matskeið af vatni

30 ml / 2 matskeiðar sojasósa

15 ml / 1 matskeið maísmjöl (maissterkja)

5 ml / 1 tsk sykur

120 ml / 4 fl oz ½ bolli vatn

30 ml / 2 matskeiðar af olíu

2,5 ml / ½ teskeið salt

120 ml / 4 fl oz / ½ bolli kjúklingasoð

Skerið rif í 2,5 cm/1 tommu bita. Hrærið hvítlauk, vorlauk, svartbaunasósu, víni eða sherry, vatni og 15 ml/1 msk sojasósu saman við. Blandið afganginum af sojasósunni saman við maíssterkju, sykur og vatn. Hitið olíu og salt og steikið rifin þar til þau eru gullinbrún. Tæmdu olíuna. Bætið hvítlauksblöndunni út í og hrærið í 2 mínútur. Bætið soðinu út í, látið suðuna koma upp, lokið á og látið malla í 4 mínútur. Hrærið maísmjölsblöndunni saman við og látið malla, hrærið, þar til sósan léttist og þykknar.

Grilluð rif

Fyrir 4 manns

3 hvítlauksrif, pressuð

75 ml / 5 matskeiðar sojasósa

60 ml / 4 matskeiðar hoisin sósa

60 ml / 4 matskeiðar hrísgrjónavín eða þurrt sherry

45 ml / 3 matskeiðar púðursykur

30 ml / 2 matskeiðar tómatmauk (mauk)

900 g af svínarifum

15 ml / 1 matskeið hunang

Blandið saman hvítlauk, sojasósu, hoisin sósu, víni eða sherry, púðursykri og tómatmauki, hellið yfir rifin, lokið og látið marinerast yfir nótt.

Tæmdu rifin og settu þau á grind í eldfast mót með smá vatni undir. Eldið í forhituðum ofni við 180°C/350°F/gasmark 4 í 45 mínútur, hrærið stundum með marineringunni, geymið 30ml/2 msk marinering. Blandið fráteknu marineringunni saman við hunangið og penslið rifin. Grillið eða grillið (grillið) undir heitu grilli í um 10 mínútur.

Grilluð hlynrif

Fyrir 4 manns

900 g af svínarifum
60 ml / 4 matskeiðar hlynsíróp
5 ml / 1 tsk salt
5 ml / 1 tsk sykur
45 ml / 3 matskeiðar sojasósa
15 ml / 1 matskeið hrísgrjónavín eða þurrt sherry
1 hvítlauksgeiri, pressaður

Skerið rifin í 5cm/2cm bita og setjið í skál. Blandið öllu hráefninu saman við, bætið rifunum saman við og blandið vel saman. Lokið og látið marinerast yfir nótt. Grillið (grillið) eða steikið við meðalhita í um það bil 30 mínútur.

Steikt rif

Fyrir 4 manns

900 g af svínarifum
120 ml / 4 fl oz / ½ bolli tómatsósa (catsup)
120 ml / 4 fl oz / ½ bolli vínedik
60 ml / 4 matskeiðar mangó chutney
45 ml / 3 matskeiðar hrísgrjónavín eða þurrt sherry
2 hvítlauksgeirar, saxaðir
5 ml / 1 tsk salt
45 ml / 3 matskeiðar sojasósa
30 ml / 2 matskeiðar hunang
15 ml / 1 matskeið sætt karrýduft
15 ml / 1 matskeið paprika
steikja olíu
60 ml / 4 matskeiðar saxaður graslaukur

Setjið rifin í skál. Blandið öllu hráefninu saman nema olíunni og graslauknum, hellið yfir rifin, setjið lok á og látið marinerast í að minnsta kosti 1 klst. Hitið olíuna og steikið rifin þar til þau verða stökk. Berið fram graslauk stráð yfir.

Rif með blaðlauk

Fyrir 4 manns

450 g / 1 lb svínarif

steikja olíu

250 ml / 8 fl oz / 1 bolli seyði

30 ml / 2 matskeiðar tómatsósa (catsup)

2,5 ml / ½ teskeið salt

2,5 ml / ½ tsk sykur

2 blaðlaukar, skornir í bita

6 vorlaukar (skál), skornir í bita

50 g / 2 oz spergilkál

5 ml / 1 tsk sesamolía

Skerið rifin í 5cm/2cm bita Hitið olíuna og steikið rifin þar til þau eru farin að brúnast. Takið þær af pönnunni og hellið öllu út í nema 30 ml/2 msk af olíu. Bætið við seyði, tómatsósu, salti og sykri, látið suðuna koma upp og látið malla í 1 mínútu. Setjið rifin aftur á pönnuna og látið malla í um 20 mínútur þar til þær eru mjúkar.

Í millitíðinni skaltu hita aðra 30 ml / 2 matskeiðar af olíu og steikja blaðlauk, vorlauk og spergilkál í um það bil 5 mínútur. Dreypið sesamolíu yfir og raðið í kringum heitt framreiðsludisk. Hellið rifnum og sósunni í miðjuna og berið fram.

Rif með sveppum

Fyrir 4-6 manns

6 þurrkaðir kínverskir sveppir

900 g af svínarifum

2 stjörnu anís negull

45 ml / 3 matskeiðar sojasósa

5 ml / 1 tsk salt

15 ml / 1 matskeið maísmjöl (maissterkja)

Leggið sveppina í bleyti í volgu vatni í 30 mínútur og tæmdu síðan. Fleygðu og stilkunum og sneið hettu. Skerið rifin í 5 cm/2 tommu bita. Látið suðuna koma upp á pönnu með vatni, bætið við rifunum og látið malla í 15 mínútur. Tæmið vel. Setjið rifin aftur á pönnuna og hyljið með köldu vatni. Bætið sveppunum, stjörnuanís, sojasósu og salti saman við. Látið suðuna koma upp, loki á og látið malla í um 45 mínútur þar til kjötið er meyrt. Blandið maísmjölinu saman við smá köldu vatni, hrærið því á pönnuna og látið malla, hrærið, þar til sósan léttist og þykknar.

Rif með appelsínu

Fyrir 4 manns

900 g af svínarifum

5 ml / 1 tsk rifinn ostur

5 ml / 1 tsk maísmjöl (maissterkja)

45 ml / 3 matskeiðar hrísgrjónavín eða þurrt sherry

salt

steikja olíu

15 ml / 1 matskeið af vatni

2,5 ml / ½ tsk sykur

15 ml / 1 matskeið tómatmauk (mauk)

2,5ml / ½ tsk chilli sósa

rifinn börkur af 1 appelsínu

1 appelsína, skorin í sneiðar

Skerið rifin í bita og blandið saman við ostinn, maísmjölið, 5ml/1 tsk vín eða sherry og smá salti. Látið marinerast í 30 mínútur. Hitið olíuna og steikið rifin í um 3 mínútur þar til þær eru gullinbrúnar. Hitið 15 ml/1 msk olíu í wok, setjið afganginn af vatni, sykri, tómatpúrru, chillisósu, appelsínubörk og víni eða sherry út í og hrærið við vægan hita í 2 mínútur. Bætið svínakjöti út í og hrærið þar til það er vel húðað. Færið yfir í heitt framreiðslu fat og berið fram skreytt með appelsínusneiðum.

Ananas rif

Fyrir 4 manns

900 g af svínarifum

600 ml / 1 pkt / 2½ bollar vatn

30 ml / 2 matskeiðar hnetuolía

2 hvítlauksgeirar, smátt saxaðir

200 g niðursoðnir ananasbitar í ávaxtasafa

120 ml / 4 fl oz / ½ bolli kjúklingasoð

60 ml / 4 matskeiðar vínedik

50 g / 2 oz / ¼ bolli púðursykur

15 ml / 1 matskeið sojasósa

15 ml / 1 matskeið maísmjöl (maissterkja)

3 vorlaukar (skál), saxaðir

Setjið svínakjötið og vatnið á pönnu, hitið að suðu, lokið á og látið malla í 20 mínútur. Tæmdu vel.

Hitið olíuna og steikið hvítlaukinn þar til hann er ljósbrúnn. Bætið rifunum út í og hrærið þar til þær eru vel húðaðar í olíu. Hellið af ananasbitunum og bætið 120 ml af safa á pönnuna með soðinu, vínedikinu, sykri og sojasósu. Látið suðuna koma upp, lokið á og látið malla í 10 mínútur. Bætið tæmdum ananas út í. Blandið maísmjölinu saman við smá vatn, hrærið því út í sósuna og látið malla, hrærið, þar til sósan léttist og þykknar. Berið fram vorlauk stráð yfir.

Stökk rækjurif

Fyrir 4 manns

900 g af svínarifum
450 g / 1 pund afhýddar rækjur
5 ml / 1 tsk sykur
salt og nýmalaður pipar
30 ml / 2 matskeiðar venjulegt hveiti (allur tilgangur)
1 egg, létt þeytt
100 g af brauðrasp
steikja olíu

Skerið rifin í 5cm/2cm bita. Fjarlægið kjötið og hakkið það með rækjunum, sykri, salti og pipar. Hrærið hveiti og nóg af eggjum út í til að blandan verði klístruð. Myljið rifbeinin og stráið þeim brauðrasp yfir. Hitið olíuna og steikið rifin þar til þau fljóta. Tæmið vel og berið fram heitt.

Rif í hrísgrjónavíni

Fyrir 4 manns

900 g af svínarifum

450 ml / ¾ pt / 2 bollar vatn

60 ml / 4 matskeiðar sojasósa

5 ml / 1 tsk salt

30 ml / 2 matskeiðar hrísgrjónavín

5 ml / 1 tsk sykur

Skerið rifin í 2,5 cm/1 tommu bita. Setjið á pönnu með vatni, sojasósu og salti, hitið að suðu, lokið á og látið malla í 1 klst. Tæmið vel. Hitið pönnu og bætið við rifnum, hrísgrjónavíni og sykri. Hrærið við háan hita þar til vökvinn gufar upp.

Svínarif með sesamfræjum

Fyrir 4 manns

900 g af svínarifum

1 egg

30 ml / 2 matskeiðar venjulegt hveiti (allur tilgangur)

5 ml / 1 tsk kartöflumjöl

45 ml / 3 matskeiðar af vatni

steikja olíu

30 ml / 2 matskeiðar hnetuolía

30 ml / 2 matskeiðar tómatsósa (catsup)

30 ml / 2 matskeiðar púðursykur

10 ml / 2 tsk vínedik

45 ml / 3 matskeiðar sesamfræ

4 salatblöð

Skerið rifin í 10cm/4cm bita og setjið í skál. Blandið egginu saman við hveitið, kartöflumjölið og vatnið, blandið rifjunum saman við og látið standa í 4 klst.

Hitið olíuna og steikið rifin þar til þau eru gullinbrún, fjarlægðu síðan og tæmdu. Hitið olíuna og steikið tómatsósu, púðursykur og vínedik í nokkrar mínútur. Bætið við rifunum og hrærið þar til þær eru alveg húðaðar. Stráið sesamfræjum yfir og hrærið í 1 mínútu. Raðið salatblöðunum á heitan disk, skreytið með rifnum og berið fram.

Súrsæt rif

Fyrir 4 manns

900 g af svínarifum

600 ml / 1 pkt / 2½ bollar vatn

30 ml / 2 matskeiðar hnetuolía

2 hvítlauksgeirar, muldir

5 ml / 1 tsk salt

100 g / 4 oz / ½ bolli púðursykur

75 ml / 5 matskeiðar kjúklingakraftur

60 ml / 4 matskeiðar vínedik

100 g / 4 oz niðursoðnir ananasbitar í sírópi

15 ml / 1 matskeið tómatmauk (mauk)

15 ml / 1 matskeið sojasósa

15 ml / 1 matskeið maísmjöl (maissterkja)

30 ml / 2 matskeiðar þurrkuð kókoshneta

Setjið svínakjötið og vatnið á pönnu, hitið að suðu, lokið á og látið malla í 20 mínútur. Tæmdu vel.

Hitið olíuna og steikið rifin með hvítlauk og salti þar til þau eru gullinbrún. Bætið sykri, seyði og vínediki út í og látið suðuna koma upp. Tæmdu ananasinn og bætið 30 ml / 2 msk af sírópi á pönnuna með tómatmaukinu, sojasósu og maísmjöli.

Blandið vel saman og látið malla, hrærið, þar til sósan léttist og þykknar. Bætið ananas út í, látið malla í 3 mínútur og berið fram kókoshnetu stráð yfir.

Steikt rif

Fyrir 4 manns

900 g af svínarifum

1 egg, þeytt

5 ml / 1 tsk sojasósa

5 ml / 1 tsk salt

10 ml / 2 tsk maísmjöl (maissterkja)

10 ml / 2 tsk sykur

60 ml / 4 matskeiðar hnetuolía

250 ml / 8 fl oz / 1 bolli vínedik

250 ml / 8 fl oz / 1 bolli vatn

250 ml / 1 bolli hrísgrjónavín eða þurrt sherry

Setjið rifin í skál. Blandið egginu saman við sojasósuna, saltið, helminginn af maíssterkjunni og helmingnum af sykrinum, bætið út í rifin og blandið vel saman. Hitið olíuna og steikið rifin þar til þau eru gullinbrún. Bætið afganginum út í, látið suðuna koma upp og látið malla þar til vökvinn hefur nánast gufað upp.

Rif með tómötum

Fyrir 4 manns

900 g af svínarifum

75 ml / 5 matskeiðar sojasósa

30 ml / 2 matskeiðar hrísgrjónavín eða þurrt sherry

2 þeytt egg

45 ml / 3 matskeiðar maísmjöl (maissterkja)

steikja olíu

45 ml / 3 matskeiðar hnetuolía

1 laukur, þunnt sneið

250 ml / 8 fl oz / 1 bolli kjúklingasoð

60 ml / 4 matskeiðar tómatsósa (catsup)

10 ml / 2 tsk púðursykur

Skerið rif í 2,5 cm/1 tommu bita. Blandið saman við 60 ml / 4 matskeiðar af sojasósu og víninu eða sherríinu og látið marinerast í 1 klukkustund, hrærið af og til. Tæmið, fargið marineringunni. Hjúpaðu rifin í egginu og síðan í maísmjölinu. Hitið olíuna og steikið rifin, nokkur í einu, þar til þau eru gullinbrún. Tæmdu vel. Hitið jarðhnetu (hnetu) olíuna og steikið laukinn þar til hann verður gegnsær. Bætið soðinu, afganginum af sojasósunni, tómatsósu og púðursykri út í og látið malla í 1 mínútu, hrærið í. Bætið við rifunum og látið malla í 10 mínútur.

Steikt svínakjöt á grillinu

Fyrir 4-6 manns

1,25 kg beinlaus svínaöxl

2 hvítlauksgeirar, muldir

2 vorlaukar (skál), saxaðir

250 ml / 8 fl oz / 1 bolli sojasósa

120 ml / 4 fl oz / ½ bolli hrísgrjónavín eða þurrt sherry

100 g / 4 oz / ½ bolli púðursykur

5 ml / 1 tsk salt

Setjið svínakjötið í skál. Blandið því sem eftir er af hráefnunum saman, hellið yfir svínakjötið, setjið lok á og látið marinerast í 3 klukkustundir. Færið svínakjötið og marineringuna yfir á steikarbakka og steikið í forhituðum ofni við 200°C/400°F/gasmark 6 í 10 mínútur. Lækkið hitann í 160°C/325°F/gasmark 3 í 1½ klukkustund þar til svínakjötið er soðið.

Kalt svínakjöt með sinnepi

Fyrir 4 manns

1 kg / 2 lb beinlaus svínasteikt
250 ml / 8 fl oz / 1 bolli sojasósa
120 ml / 4 fl oz / ½ bolli hrísgrjónavín eða þurrt sherry
100 g / 4 oz / ½ bolli púðursykur
3 vorlaukar (skál), saxaðir
5 ml / 1 tsk salt
30 ml / 2 matskeiðar sinnepsduft

Setjið svínakjötið í skál. Blandið öllum hráefnunum sem eftir eru nema sinnepi og hellið yfir svínakjötið. Látið marinerast í a.m.k. 2 klukkustundir, stráið oft. Klæðið bökunarplötu með álpappír og setjið svínakjötið á grind í bökunarplötuna. Bakið í forhituðum ofni við 200°C/400°F/gasmark 6 í 10 mínútur, lækkið síðan hitann í 160°C/325°F/gasmark 3 í 1½ klukkustund til viðbótar þar til svínakjötið er meyrt. Látið kólna og kælið síðan í ísskáp. Skerið mjög þunnt. Blandið sinnepsduftinu saman við nóg vatn til að búa til rjómablanda til að bera fram með svínakjötinu.

www.ingramcontent.com/pod-product-compliance
Lightning Source LLC
Chambersburg PA
CBHW071855110526
44591CB00011B/1414